Harusi ya Dogoli

Athumani B. Mauya

Harusi ya Dogoli

Athumani B. Mauya

MKUKI NA NYOTA
DAR – ES – SALAAM

KIMECHAPISHWA NA
Mkuki na Nyota Publishers Ltd,
S.L.P. 4246, Dar es Salaam, Tanzania
www.mkukinanyota.com

© Athumani B. Mauya 2016

ISBN 978-9987-08-282-7

Tembelea tovuti yetu www.mkukinanyota.com kujua zaidi kuhusu vitabu vyetu na jinsi pa kuvipata. Vilevile utaweza kusoma habari na mahojiano ya waandishi pamoja na taarifa za matukio yote yanayohusu vitabu kwa ujumla. Unaweza pia kujiunga na jarida pepe letu ili uwe wa kwanza kupata taarifa za matoleo mapya zitakazotumwa moja kwa moja kwenye sanduku la barua pepe yako.

Vitabu vya Mkuki na Nyota vinasambazwa nje ya Afrika na African Books Collective.
www.africanbookscollective.com

Yaliyomo

Kwa Heshima ya Kijiji Nilichozaliwa CHIGAMBA

Utangulizi

Kila jamii hapa duniani inazo mila na desturi zake wanazozifuata tokea enzi na enzi. Mila na desturi hizi hurithishwa kutoka kizazi hadi kizazi. Pamoja na ukweli kuwa kwa ujumla Watanzania wote tunawasiliana kwa lugha ya Kiswahili lakini kila kabila ina mila na desturi zake. Kadri siku na miaka inavyokwenda, ndivyo mila na desturi hizi zinavyopotea polepole.

Kadri nielewavyo mimi, sababu mojawapo ya kupotea huko ni kwamba mila na desturi hizi hazijawekewa kumbukumbu za kimaandishi, jambo lenye athari kubwa hasa kwa kizazi cha sasa. Sababu nyingine inayoungwa mkono na wanazuoni wengi ni athari za utamaduni.

Kutokana na hali hii, mwandishi wa kitabu hiki ameona iko haja ya kuziweka katika kumbukumbu za maandishi, baadhi ya mila na desturi hizi kwa faida ya kizazi cha sasa na cha baadaye ili kijue tamaduni hizi. Mwandishi ameweka kumbukumbu hizo kwa njia ya riwaya.

Harusi ya Dogoli ni riwaya inayoeleza baadhi ya mila na desturi za watu wa Pwani hususan, Pwani ya Kaskazini mwa Tanzania, kuanzia kipindi cha ujio wa Waarabu na miaka michache baada ya Uhuru wa Tanganyika. Mila na desturi za watu hawa kwa sasa zimeathiriwa sana na ujio wa Waarabu na kwa hiyo zimekuwa mseto.

Mwandishi katika riwaya hii, ameonesha baadhi ya mila na desturi hizo kwa kuangalia, ndoa, harusi, sherehe, misiba, imani, tiba asilia, kazi, burudani, vyakula na mavazi.

Katika riwaya hii, baadhi ya mila na desturi hizo zimeainishwa katika matukio mbalimbali. Baadhi ya mila na desturi hizo ni nzuri na mfano mzuri wa kuigwa, na baadhi ni mbaya na si za kuigwa; mathalani, baadhi ya mafundisho ya jandoni ni mazuri katika kujenga nidhamu. Msichana kutolewa barua ya uchumba kabla ya kujihusisha na mapenzi ni mila nzuri. Mila za kuwaua watoto waliozaliwa vilema si nzuri. Pamoja na hayo ni juu ya msomaji kuainisha mila zipi ni nzuri na zipi ni mbaya.

Mambo mengi yaliyoelezwa katika kitabu hiki yamekuwa yakifanyika zamani. Kwa sasa mambo hayo yanatoweka kidogokidogo na kuelekea kupotea kabisa.

Aidha mwandishi ameamua kwa makusudi kuandika mila na desturi za watu wa asili ya ukanda huo kwa vile ndizo alizoona na kusimuliwa na wazee wa ukanda huo. Moja ya kanuni za uandishi ni kuandika kile ulichokijua, kukiona na kukiamini.

Katika maelezo yake, mwandishi ameeleza yanayotendwa bila ya kuonesha matokeo yake, kwa mfano mtu amekwenda kwa mganga akaroge apate cheo. Mwandishi hakuonesha kama hicho cheo kilipatikana au la. Ameonesha kuwa hayo ndio mambo yanayotendeka.

Majina yaliotumiwa humu ni majina halisi ya wakazi wa Pwani lakini hayakumlenga mtu yeyote mwenye jina hilo. Yametumiwa kiholela kwa ajili ya riwaya hii tu. Ikumbukwe kuwa riwaya hii ni ya kubuni ingawa inaakisi mila na desturi za wakazi wa eneo linalolengwa na hadithi hii. Aidha, ikumbukwe kuwa mila na desturi zilizoelezwa humu ni baadhi tu na si zote na pia zinatofautiana kidogo kutoka eneo moja kwenda eneo jingine katika ukanda huo huo wa pwani. Hii ni kutokana na ukweli kuwa baadhi ya mila hizo zimeathiriwa au kuchanganyika na mila na desturi za makabila husika katika maeneo husika; lakini yote yana mzizi mmoja.

Makosa, kadhia, matatizo na upungufu wowote utakaotokana na kazi hii, ni juu ya Mwandishi, asilaumiwe mtu mwingine.

Lugha iliyotumiwa katika kitabu hiki ni ya asili ikionesha namna Kiswahili kinavyozungumzwa.

Riwaya hii pia imeandikwa katika staili ya mazungumzo na wahusika wanaongea sana na kurudiarudia maneno, utani, ucheshi na lugha isiyokuwa na staha. Hizi ni tabia za baadhi ya wakazi wa pwani.

NB: Maneno yaliyoandikwa kwa italiki si maneno rasmi.

Athumani Mauya

Novemba 2011

Shukrani

Napenda kutoa shukrani zangu za dhati kwa wale wote waliotoa mchango wao kwa njia moja au nyingine hadi kufanikisha kazi hii. Ni vigumu kuwataja wote kwa majina lakini kuna wachache wanastahili shukrani za pekee. Hao ni: Familia yangu kwa kunivumilia, hasa kunikosa mara kwa mara kuwa pamoja nao kutokana na kazi hii.Wengine ni: Wachapishaji wa kitabu hiki Mkuki na Nyota Publishers LTD, kwa kukichapa kitabu hiki.

Bwana. Saifu Kiango - Mhariri wa kujitegemea kwa kusoma mswada wa kitabu hiki kwa mara ya kwanza na kutoa maoni na mapendekezo yaliyoboresha mswada.

Bwana. Jumaa Mgwadu - Mwandishi wa kujitegemea kwa kutoa ushauri hususan kwenye mashairi.

Bi. Godance Andrew - Mhariri, Mkuki na Nyota kwa kuhariri mswada wa kitabu hiki.

Mwisho nawashukuru wafuatao kwa kuchapa mswada wa awali wa kitabu hiki: Mwanaidi Mlongola, Donisia Temu, na Aneti Katefu wote wa Taasisi ya Elimu ya Watu wazima.

SURA YA KWANZA

Uchumba wa Dogoli na Mazungumzo ya Mashoga

Kama ilivyo ada, harusi huanzia kwenye uchumba. Uchumba kati ya Dogoli na Kijakazi ulianzia pale tu Kijakazi alipovunja ungo na kufuatiwa na kualikwa mwari kwa takribani miaka miwili na ushei na hatimaye kuchezwa.

Siku Kijakazi alipovunja ungo, ilikuwa hekaheka kubwa katika kijiji cha Mzambarauni. Ilikuwa majira ya asubuhi milango ya saa mbili na nusu. Kijakazi alihisi kutokwa na maji maji na hatimaye damu sehemu zake za siri.

"Mama wee mama wee," Sauti ya Kijakazi ilisikika kutoka nje alipokuwa anafagia uwanjani kwa fagio la chelewa.

Mama Kijakazi akatoka nje kwa taharuki kubwa sana, "Kuna nini?" Mama Kijakazi alimuuliza Kijakazi.

Kijakazi huku akilia alimuonesha mama yake damu iliyokuwa inatoka sehemu za siri. Kwa mshangao Kijakazi alimuona mama yake akitoa tabasamu la furaha na kupiga vigelegele kinyume na matarajio yake kuwa mama yake angehuzunika na kumpa pole. Mara akina mama wengine wakawa wanakuja sehemu aliyokuwa Kijakazi huku wakishangilia kwa nderemo, vifijo na vigelegele; na wakati huohuo akashtukia akihifadhiwa vizuri sehemu za siri na akibebwa mgongoni kindakindaki na mmoja wa majirani zake na kupelekwa nyumbani kwa binamu yake, huku wale waliomsindikiza wakiimba; "Hoi hoi! Mwanetu amekua, mwanetu amekua."

Hoi hoi, vifijo na nderemo hizo zimemfanya Kijakazi ajue kuwa ameshavunja ungo na sasa ni mwari.

Baada ya kuingizwa nyumbani kwa Mwanakombo, wakinamama wakajazana uwanjani na kuweka duara huku wakicheza ngoma na kufurahi. Ngoma hii ilidumu kwa takribani nusu saa, na watu wakatawanyika. Dada yake akamfunga vizuri sehemu za siri ili damu isitapakae.

Kijakazi alikaa kwa dada yake binamu Mwanakombo kwa muda wa siku saba, siku ya nane akarudishwa nyumbani kwa mama yake, na kuwekwa banda la uani. Kungwi wake, Mama Chegezo akawa anakuja pale kumfundisha na kumwelekeza maadili mema, mambo ya kunga na mengineyo.

"Kuanzia sasa kila mwezi utatokwa na damu sehemu za siri. Ukiwa katika hali hii, unasema uko mwezini au katika hedhi. Utapokuwa kwenye hedhi, unapaswa kujihifadhi kwa kutumia kitambaa safi. Kitambaa hiki huitwa sodo, wengine huita mlembe au ufyambo na hufungwa sehemu za siri kama hivi ulivyofungwa. Kwanza huyu aliyekufunga kakosa kidogo. Huu upeto wa sodo unatakiwa uje hapa na huu mwingine ufungwe hapa. Sasa hapo mambo barabara umekamilika mwanamke. Kila utakapopata hedhi, utachukuwa sodo au mlembe wako safi na kujifunga hivi. Hii ndiyo fahari ya mwanamke. Hakikisha mtu yeyote yule, si mwanaume si mwanamke, haoni hedhi yako na wala sodo lako la hedhi hata awe mumeo wa ndoa. Unapokuwa katika hali hii unatakiwa utumie tafsida na useme unaumwa tumbo. Hakikisha ya kuwa kila mara sodo unalifua na kulianika sehemu ya siri, lisionekane ovyo. Kuanzia sasa usijichanganye na wanaume. Usidiriki na wala kuthubutu kufanya mapenzi na wanaume utaota mapembe na unaweza ukapata mimba. Ukipata mimba utakuwa kioja na kuwahuzunisha wazazi wako; utakosa radhi na ukifanya mchezo utaokota makopo, pia unaweza kufa. Kuanzia sasa utakuwa huogi mpaka uchezwe na kutoka nje. Maji yako yatakuwa 'bobodo' pumba za mahindi zilizolowekwa kwenye maji. Utakuwa unajisugua hilo bobodo. Utakuwa unafanya kazi za ndani zote ikiwa ni pamoja na kutwanga, kusaga nafaka, kuchambua mboga na kazi nyingine za ndani. Utatwanga na kusaga nafaka za ndugu wengine na majirani." Mambo hayo na mengi mengineyo kungwi, Mama Chegezo alimweleza Kijakazi.

Kijakazi alikaa ndani kwa takribani miaka miwili na ushei akifanya kazi za nyumbani kama alivyoelezwa na kungwi wake. Mwanzoni mikono iliota malengelenge kwa kutwanga na kufunda nafaka zilizoletwa na ndugu, jamaa na majirani lakini baadaye alizoea.

Kutokana na kutokuoga kwa muda mrefu alikuwa ananuka pumba. Aidha kwa muda wote huo hakuruhusiwa kunyoa nywele katika sehemu yoyote ya mwili wake. Hivyo, alikuwa kama mwenda wazimu. Baada tu ya kuwa mwari akaachishwa shule kwa sababu hakutakiwa aonekane nje, hali iliyosababisha aishie darasa la tano.

*   *   *

Siku moja, wakati Kijakazi akiwa mwari ndani, shangazi yake Dogoli aitwae Kiombeo, alikwenda kiguu na njia akapiga hodi kwa Mama Kijakazi.

"Hodi hodi," Kiombeo alibisha hodi.

"Karibu, shoga," Mama Kijakazi alimkaribisha Kiombeo kwa bashasha.

"Starehe," Kiombeo aliitikia.

"Karibu kiti," Mama Kijakazi alimkaribisha Kiombeo huku akimsogezea kiti cha kifalme.

"Asante shoga, wala mimi si mkaaji," Kiombeo alisema.

"Haya shoga habari za hapa?" Kiombeo alimuuliza Mama Kijakazi.

"Hapa pazuri labda upaharibu wewe," Mama Kijakazi alijibu na kuendelea, "Haya shoga, habari za huko utokako."

"Huko kuzuri," Kiombeo alinena na kuendelea, "Mguu huu ni wako, nimeletwa na jambo moja tu."

"Haya jambo gani tena hilo shoga? Mbona unanitisha!" Mama Kijakazi alimuuliza Kiombeo.

"Wala usitishike shoga, jambo la heri tu," Kiombeo alijibu huku akitabasamu.

"Je, binti yetu Kijakazi ameshatokewa?" Kiombeo aliuliza.

"Mm! Hapana, shoga," Mama Kijakazi alijibu.

"Marahaba, shoga, Mimi nimekuja kumposea mwanangu binti yako."

"Mwanao yupi huyo?" Mama Kijakazi aliuliza kwa shauku kubwa.

"Mwanangu Dogoli, mimi nimekuja kama mshenga na shangazi wa Dogoli." Kiombeo alijibu.

"Alaa! Hilo ni jambo la heri. Nitamweleza Baba Kijakazi juu ya jambo hilo, lakini pamoja na hayo Kijakazi bado mwali ndani. Je, Dogoli atamsubiri?" Mama Kijakazi alimuuliza Kiombeo.

"Hilo halina shaka, atamsubiri." Kiombeo alimtoa shaka Mama Kijakazi.

"Asante, mimi sasa naondoka, barua ya posa itafuata." Kiombeo aliaga.

"Subiri nikatie maji miguuni, nichane nywele, nikutoe." Mama Kijakazi alimwambia Kiombeo na kuendelea, "Maana hii miguu ilivyopauka, inatisha shoga! Utadhani mgonjwa wa safura, na hizo nywele zilivyotimka, kama shetani wa kutumwa, na zilivyo za kipilipili ndio usiseme mwendawazimu kasingiziwa shoga".

"Sawa shoga!" Kiombeo aliitikia.

Mama Kijakazi alipotaka kuingia chooni kuosha miguu yake, sauti ya kikohozi ilisikika kutoka chooni.

"Mm-mm-mm," Kuashiria kuwa chooni kuna mtu.

"He, kumbe kuna mtu! Kwa nini hukuweka nguo mlangoni kuashiria kuna mtu?" Mama Kijakazi aliuliza.

Asha, mtoto wa dada yake, alikuwa anajisaidia. Punde si punde, Asha alitoka chooni na kuomba radhi. "Samahani 'odo' kwa kutokuweka nguo nilipitiwa."

"Sawa, siku nyingine usirudie," Mama kijakazi alimuonya Asha huku akiingia msalani.

Baada ya kutoka msalani, Mama Kijakazi akamsindikiza Kiombeo. "Hapa panatosha shoga. Mimi narudi, nimeacha mboga jikoni isije ikaungua. Na mgeni ukimsindikiza sana harudi tena," Mama Kijakazi akamwambia Kiombeo kwa dhihaka.

Haikuchukua muda sana baada ya ugeni ule wa Kiombeo, barua ya posa iliandikwa. Barua hii ilitumbukizwa ndani ya bahasha na kufungwa na hanjifu au leso na ndani yake iliwekwa shilingi arubatashara na kupewa mshenga aipeleke kwa wazazi wa Kijakazi.

Barua ya uchumba iliwasilishwa na mshenga mikononi mwa mzee Haruna, Baba yake Kijakazi. Mzee Haruna aliwaalika ndugu wa upande wa mama Kijakazi na wa upande wake waje kuisoma barua. Matayarisho ya ufunguaji wa barua ilikuwa ni pamoja na kupikwa wali na kuchinja jogoo ili watu wale baada ya kusoma barua. Siku maalumu ilipangwa ya kusoma barua.

Siku ya kusoma barua ilipowadia, wahusika walifika mapema kama ilivyopangwa. Waliohudhuria kwenye kikao hicho ni ndugu mbalimbali wa Kijakazi ambao ni, mjombake, Mzee Lomba, shangazie, Mtumwa, dadake, Suria, binamuye, Kitaramoni, babake mdogo, Mshamo, babu yake mzaa mama, Mzee Dihezi na nyanyake mzaa baba, Kido.

Muda wa kusoma barua ulifika na barua ilifunguliwa na kusomwa:

Bismillahi- rah-mani-rahiym.

Mimi Dogoli Madafu kwa sheria za dini na sunna zake napenda kukuarifu kuwa naleta barua hii kwa ajili ya kumposa binti yako Kijakazi binti Haruna. Pamoja na barua hii, naambatanisha shilingi arubatashara kwa ajili ya barua.

Wabilahi taw-fiq.

Baada ya barua ile kusomwa na ndugu wa Kijakazi, wote kwa pamoja walikubaliana na hivyo kama ilivyokuwa mila na desturi zao waliijibu barua ile.

Bismillahi- rah-mani- nahiym

Mimi Haruna bin Sued kwa sheria za dini na sunna zake naijibu barua yako ya posa kwa binti yangu Kijakazi binti Haruna.

Tumeridhika na barua yako tumeipokea na kukubali wewe kumposa binti yetu. Kama ilivyo katika mila zetu tutahitaji vitu vifuatavyo kwa mwanetu mpendwa: Kilemba cha baba, shilingi hamsa wa ishirini, Mkaja wa mama shilingi hamsa wa ishirini, Mahari ya muolewa shilingi thenashara. Jumla shilingi sitini na mbili.

Wabilahi taw-fiq.

Baada ya kusoma na kujibu barua pakapikwa wali na kuku, waliohudhuria wakala hadi wakasaza. Fedha shilingi arubatashara za barua zikagaiwa kidogokidogo kwa wale wote wiliohudhuria usomaji wa barua. Watu wakatawanyika wakisubiri siku ya pamvu ambapo fedha za kilemba, mkaja na mahari zitatolewa. Na siku hiyo ndiyo wataulizwa waoaji lini wanataka kuoa. Siku watakayotaja ndio itakuwa siku ya kuoa yaani siku ya harusi.

Wazazi wa Kijakazi wakaafikiana kuwa mwaka huu mtoto wao Kijakazi achezwe na kutolewa nje. Kijakazi alikaa ndani kwa muda wa miaka miwili na nusu kutokana na wazazi kutopata mavuno ya kutosha kwa ajili ya ngoma. Mara nyingi mwari huchezwa ngoma wakati wa mavuno. Inapotokea mwaka huo hayakupatikana mavuno ya kutosha, ngoma huairishwa hadi mwaka ambao mavuno ya kutosha yatakapopatikana. Hii ndio sababu inayofanya baadhi ya wari kukaa ndani miaka mingi.

Matayarisho ya ngoma yakafanywa. Kama desturi, yalianza kwa kuloweka mtama na mahindi kwa ajili ya pombe na togwa. Pombe ililowekwa kuanzia Jumatatu na ilipofika Ijumaa ilikamuliwa tayari kwa ngoma Jumamosi.

Ilipofika Jumamosi majira ya saa tano asubuhi, mwari alibebwa na kupelekwa mkoleni kwenye unyago. Wanaopaswa na kuruhusiwa kwenda mkoleni au unyagoni ni wanawake waliokwishachezwa tu, kwani walishapitia mchakato mzima wa mkoleni au unyagoni. Wanawake wasiochezwa au kupitia mkoleni au unyagoni, hawaruhusiwi kuingia mkoleni. Wanawake kama hao wasiochezwa huitwa *wasungo*. Ni matusi kumwita mwanamke *msungo* hasa kama amechezwa. Wanaume si tu hawaruhusiwi kuingia mkoleni, bali hawatakiwi hata kukaribia.

Wakati wa kuchezwa, mwari hupelekwa porini na huwekwa chini ya mti wa mkole. Kama hakuna mti wa mkole, linatafutwa tawi la mkole na kuchimbiwa chini, ndio maana wanasema mkoleni. Hapo ndipo ngoma huchezwa. Unyago au mkole huchezwa bila nguo. Wasichana na watu wote wa makamo wanavua nguo zote na kubaki kama walivyozaliwa isipokuwa wazee, wao hukuda nguo zao hadi mapajani usawa wa makalio.

Kijakazi alipofikishwa mkoleni, kungwi akaanza kusema, "Haya mshusheni mwari na mvueni nguo zote na muekeni chini ya shina la mkole."

Kijakazi akashushwa chini na kuvuliwa nguo zote akabaki kama alivyozaliwa. Ngoma ilianza kupigwa na wanawake wote wakaanza kuimba nyimbo za mkoleni ambazo baadhi ya nyimbo hizo zinabeba ujumbe wa matusi. Mengi ya matusi hayo ni ya kiume. Na huimba na kucheza wakiwa utupu kama walivyozaliwa. Nyimbo hizo ni pamoja na ule wakizigua usemao:

"Sembamba mame sembamba ana bamba
Bamba ndyake du Kadikufye dikusenge
Kadikufye dikusenge Kadikufye dikusenge
Kadikufye dikusenge Kadikufye dikusenge"

Tafsiri yake ni.

Mwanamume jina lake Sembamba

Ana panga, panga lake (panga hufananishwa na utupu wa
mwanamume) kaliguse likukate.

Waliimba kwa shangwe na vigelegele, mara wimbo ulibadilika.

"Mie na Mche mnyangu
Chagombela mm
Hadina mnomo"

Tafsiri yake ni.

Mimi na mke mwenzangu tunagombea 'mm' halina mdomo. (Mm hapa ni tupu ya mwanaume)

Wakati nyimbo hizo zikiendelea kuimbwa, kungwi na baadhi ya wazee na mama wa makamo walimzunguka mwari huku wakimueleza mambo ya kunga.

Baada ya ngoma ya mkoleni kumalizika, mwari alibebwa kurudishwa nyumbani.

Usiku ulipofika yakaanza mambo ya mizungu. Kungwi akachukuwa majivu ya uvuguvugu na kumpaka Kijakazi sehemu za siri na kumnyonyoa nywele za sehemu za siri kwa vidole vya mikono huku nyimbo zinazobeba ujumbe wa matusi zikiendelea. Kijakazi akawa analia na kugumia kwa uchungu. "Usilie, kulia mwiko, utakuwa kioja ndiyo ukubwa huo. Kuanzia sasa unatakiwa kunyoa sehemu zako za siri kila mara na kuwa msafi na pia unaposafisha chini usisahau juu, kwapani. Baada ya hapa utakuwa unatumia wembe kujinyoa." Alisema Kungwi.

"Mwambie asikie huyo, ukilima shamba, ulime na bustani." Mmoja wa waliokuwepo kwenye ngoma alisema kwa ushabiki.

Baada ya Kijakazi kunyolewa sehemu za siri, kungwi alichukuwa vinyago viwili vya jinsi tofauti, vilivyofinyangwa kwa udongo ambavyo huitwa mizungu. Kungwi akaanza kumuonesha Kijakazi tendo la ndoa linavyofanyika kwa kutumia vinyago hivyo. Tendo hilo pia huitwa mizungu.

Baada ya mizungu kikaja kipindi cha mafundisho ya kuishi na watu na mume. "Umheshimu mumeo, akikutukana au kukupiga usimrudishie; uwe na heshima kwa wakwe zako na watu wengine waliokuzidi umri na hata kwa wadogo. Wanaume wanaposema usiseme. Mwiko mkubwa kutoka nje ya ndoa. Usisikilize na kuyafuata maneno ya mtaani eti ukiwa na ndoo lazima uwe na kidumu au vidumu, kwa maana ukiwa na mume basi lazima uwe na bwana au hawara nje ya ndoa; usifanye hivyo asilani. Na haya unayoambiwa sasa mwiko kabisa kuyasema kwa mtu yeyote hasa kwa mwanaume hata akiwa mumeo na pia usiyaseme kwa watoto na mtu yeyote ambaye hajachezwa, yaani *msungo.*"

Ngoma hiyo ilifana sana na Kijakazi alijifunza mengi kuhusu maisha ya ndoa. Siku ya Jumapili, alitolewa na kutembea matiti nje akiwa amevalia shanga nyingi shingoni, kiuno na nyingine kuzungushia kichwani.

* * *

Ilikuwa siku ya Alhamisi mwendo wa saa kumi alasiri, Chiku alipopiga hodi nyumbani kwa mama Mashavu.

"Hodi!,…hodi!,... hodi wenyewe. He! Mbona kimya, wenyewe *mmegona?*" Chiku alibisha hodi mara tatu kama desturi za wenyeji wa Pwani, kabla ya kuingia.

"Karibu," Mama Mashavu aliitikia na kufungua mlango.

"Loo! ama kweli nyinyi ni marafiki si wanafiki. Maana kila mara mko pamoja kama chanda na pete ingawa mna tabia tofauti." Chiku alisema huku akitabasamu.

"He! bibi wewe, tuna tabia gani tofauti?" Mama Mashavu alimuuliza Chiku, kabla ya kumaliza kusema na kumkaribisha kiti.

"Hee! kwani huzijui?" Chiku alijibu.

"Haya tuambie tofauti zetu. Leo utasema maana mwanamke wewe umezidi umbea. Keti na utuambie tofauti zetu." Mama Mashavu alisema huku aking'oa macho kama mjusi aliyekabwa na mlango na kuonesha kukerwa na kauli ya Chiku.

"Samahani dada, ulimi umeteleza, si unajua kuwa ulimi hauna mfupa," Chiku alisema kwa upole.

"Chunga sana ulimi wako mchafu utakuponza; hujui ulimi ulimponza kichwa? Ulimi ulisema kichwa kikakatwa. Heri kujikwaa kidole kuliko kujikwaa ulimi, maana shimo la ulimi mkono haufutiki." Mama Mashavu alinena hayo huku kijasho chembamba cha hasira na kiburi kikimtoka kwenye pua.

"He! jamani Kiswahili gani hicho, mbona *unanibomu!*" Chiku alitongoa hayo huku macho yamemtoka pima.

"Jamani Mswalieni Mtume, ibilisi huyo kawasimamia. Hebu punguzeni jazba mama Mashavu na Chiku, mtajaza watu bure." Mama Katuli aliwasihi wasiendelee kuzozana huku akisuka *ukili.*

"Mgeni kaja kwako leo unataka kuanzisha tafrani! Punguza ghadhabu uepushe shari. Muacheni shetani apite." Mama Katuli aliwasihi huku akijaribu kuwatuliza.

"Amezidi kidomodomo huyu, mtazame mdomo mrefu kama chuchunge kwa umbea." Mama Mashavu alimpiga *saguo* Chiku huku akionekana kupunguza munkari.

"He! nimekuja na mguu mbaya." Chiku alitamka.

"Hakuna cha mguu mbaya wala mzuri umeyataka mwenyewe. Ulimi wako umekuponza," Mama Mashavu alinena.

"Hee makubwa! Yamekuwa hayo hadi nitolewe kichwa? Nisamehe dada, niko chini ya miguu yako," Chiku aliomba msamaha.

"Haya yamekwisha shetani kapita, usirudie siku nyingine," Mama Katuli aliingilia kati.

"Haya shikamooni wakubwa zangu," Chiku aliamkia.

"Marahaba Chiku." Mama Katuli na Mama Mashavu waliitikia kwa pamoja.

"Jamani mbona mnanikata jina hivyo? Chiku ni jina langu la utoto, mimi ni mkubwa sasa, na nimeshazaa, sipaswi kuitwa jina la utoto. Naitwa Mama Shukuru. Kwa mila na desturi zetu mtu akishazaa anaitwa kwa jina la mtoto wake, na hata kama hajapata mtoto ataitwa kwa jina la mtoto wa ndugu yake. Mbona mnanirahisi hivyo ingawa ni wakubwa zangu." Chiku alilalamika kwa huzuni kubwa.

"Samahani dada, sisi tumeshazoea kukuita hivyo na isitoshe siku zote sikio halipwani kichwa, wewe ni mtoto tu kwetu hata ungeota mapembe, ndevu za ulimi au mvi," Mama Katuli alinena kwa dhihaka.

"Sawa mimi ni *mkembe* kwenu lakini nastahili heshima pia. Heshima kitu cha bure kwa mkubwa na mdogo," Chiku alisema.

"Haya jamani yamekwisha, tupige fatiha," Mama Katuli alisema.

"Haya fatiha," Mama Mashavu alitamka.

"Amina," Wote watatu wakaitikia kwa pamoja.

"Habari za hapa?" Chiku aliuliza, huku akiwa bado amesimama wima.

"Sisi hapa pazuri, labda upaharibu wewe. Kwanza hebu kaa usitunyonye damu," Mama Mashavu alimwambia Chiku kwa dhihaka, huku akimpa kigoda cha kukalia.

"Ahsante, unasema nipaharibu wala sipaharibu," Chiku alinena akikaa. "Nimekuja na habari njema na mambo mazuri tu. Kwanza naomba maji ya kunywa, kiu imenishika hiyo, haina mfano."

Mama Mashavu alichukua kata akamchotea Chiku maji mtungini.

"Maji haya hapa, shoto," Mama Mashavu alimpa maji Chiku kwa mkono wa shoto, kwa sababu wa kulia ulishika *cheo* cha ukili.

"Mkono," Chiku aliitikia na kupokea kata. Baada ya kunywa Chiku alihema na kupiga mbweu, "Buu. Loh! tena nina bahati ya mtende kumea jangwani. Nimewakuta wote wawili hapa mtu na shoga yake, mmenipunguzia safari. Maana ilikuwa nitoke hapa nipige kiguu na njia hadi kwa Mama Katuli. Na ndio maana nilijikwaa mguu wa kulia wakati nakuja huku. Wahenga walisema ukijikwaa mguu wa kulia ni bahati, kama safari itakuwa na mafanikio, na ukijikwaa mguu wa kushoto ni mkosi; na vivyo hivyo ukope au mdomo wa juu ukicheza utapata jambo la furaha, lakini kama ukicheza ukope au mdomo wa chini utapata taarifa ya huzuni, hasa msiba; utafiwa na ndugu wa damu, au utapata maneno ya maudhi, utagombana na mtu," Chiku alinena.

"He! hizo imani zetu zinafurahisha. Nasikia eti, ukipaliwa na mate pia, ni ishara kuwa siku hiyo utakula nyama ama kuna mtu anakuteta. Hizo ndio imani zetu, tumezirithi kutoka kwa mababu zetu, wahenga na wahenguzi," Mama Mashavu alijazia.

"Si hivyo tu pia nasikia bundi au mpasua sanda akilia hasa wakati wa usiku, basi ukae ukijua atakufa mtu. Ukijificha na huku umeng'ata kidole cha mwisho anayekutafuta hatakuona ng'o," Mama Katuli *alitongoa* kwa kujiamini.

"Haya tuache mambo ya imani tuambie hilo lililokuleta shoga," Mama Katuli alimwambia Chiku.

"Marahaba! Lililonileta ni kuwaalika harusi na kuwaonesha sare." Chiku alieleza.

"Harusi, harusi ya nani?" Mama Mshavu na Mama Katuli waliuliza kwa pamoja.

"Harusi ya Dogoli na Kijakazi," Chiku alisema.

"He! Kijakazi anaolewa na Dogoli! Si nasikia Dogoli wanamteta......?" Mama Mashavu aliuliza kwa mshangao.

"Wanamteta nini?" Mama Katuli alidakia na kuuliza.

"Eee, mwenzangu taratibu tuyaache hapa hapa, tuendelee na mengine." Mama Mashavu alisema.

"Umeyasemea nini na udaku wako?" Chiku aliingilia.

"Nisamehe bure mdogo wangu, ulimi umeteleza," Mama Mashavu aliomba msamaha.

"Umeyasemea nini na kiranga chako?" Mama Katuli nae aliuliza huku akisuka ukili.

"Jamani ee! tuyaache, hamna dogo; kila jambo kwenu kubwa. Tuendelee na mengine. Si unajua mdomo ni jumba la maneno wakati mwingine hauchuji," Mama Mashavu aliwasihi wenzake.

"Haya hiyo harusi imepangwa lini?" Mama Katuli alimuuliza Chiku.

"Harusi itakuwa mfunguo tatu mwezi kumi na mbili, siku mbili tu baada ya malimati," Chiku alijibu.

"Haya hebu tuione hiyo sare yenyewe iko wapi?" Mama Katuli aliuliza. "Hii hapa kanga na kitambaa cha gauni," Chiku alizionesha huku akazikunjua kanga na kitambaa cha gauni kwa pamoja.

"He! mwenzangu sare nzuri sana. Hebu hiyo kanga inasemaje?" Mama Katuli aliisifu na kuuliza huku akiigeuza.

"Kanga inasema: *Penzi lina raha yake kwa wapendanao.*" Chiku aliisoma.

"Hee-hee, aaaah!" Wote waliangua kicheko kwa pamoja. Chiku aliendelea kushadidia, "nicheke ninenepe nikonde nina mume."

"Haya mwari wee, kitambaa na hiyo kanga vinapatikana wapi?" Mama Mashavu aliuliza.

"Vyote vinapatikana dukani kwa Ali Shoboto. Kuna jora zima la kitambaa na robota la kanga vinasubiri wanunuzi; mwenye kutaka shubiri, mwenye kutaka kapa, mwenye kutaka dhiraa au mkono mmoja, miwili, mwenye kutaka pima atapata, uwezo wake," Chiku aliwaambia mashoga zake.

"Jamani hiyo shubiri, kapa, dhiraa na pima ni nini hicho?" Mama Mashavu aliuliza.

"Shubiri ni kipimo cha urefu kutoka kidole gumba cha mkono hadi kidole cha kati ukinyoosha kiganja cha mkono na kutawanya vidole, takribani kiasi cha inchi tisa. Urefu huu pia hujulikana kama futuri," Chiku alijibu.

"He! makubwa hayo! Mimi nilijua shubiri ni utomvu wa mti wa mshubiri ambao ni mchungu sana kumbe ni kipimo! Loh! Kumbe hekima si ukubwa wala elimu si welewa. Leo Chiku kanifumbua macho na masikio." Mama Mashavu alitongoa hayo huku akionekana kushangazwa na kuvutiwa na maelezo ya Chiku.

"He! kwani hukujua hilo kuwa ukubwa, mvi na hata elimu si dalili ya hekima?" Mama Katuli alidakia na kuendelea, "Hekima au busara ni maarifa yaliyopatikana kutokana na uzoefu wa muda mrefu. Unaweza ukawa mkubwa kiumri na usiwe na busara. Vivyo hivyo unaweza ukawa na elimu ya kutosha lakini ukawa huna busara," Mama Katuli alimalizia.

"Haya endelea kutuelimisha," Mama Mashavu alimdodosa Chiku.

Kapa ni kipimo cha urefu kutoka bega moja hadi la pili hasa ukipima nguo. Dhiraa au mkono ni kipimo cha urefu kutoka kwenye kiwiko cha mkono hadi kidole cha kati, sawa na urefu wa inchi kumi na nane kama shubiri mbili hivi, na pima nayo ni kipimo cha urefu kutoka kidole cha mkono mmoja hadi kidole cha mkono mwingine, mikono inaponyooshwa kukingama mwili," Chiku alieleza.

"He! Kumbe na sisi tulikuwa na vipimo vyetu kabla ya wakoloni kutuletea vipimo vyao," Mama Katuli alinena huku akijinyoosha mwili na mikono kwa uchovu huku kwapa zenye nywele zinazoanza kuota zikionekana, kutokana na kuvaa gauni la mikono mifupi.

"Ndio, tulikuwa navyo," Chiku alijibu na kuendelea. "Lakini vipimo vyetu havikuwa katika viwango kwa maana urefu huo unaotumiwa kupima hutofautiana kutoka mtu hadi mtu kulingana na kimo cha mtu. Kama mtu ni mrefu kipimo kitakuwa tofauti na mtu mfupi. Mbali na vipimo hivyo vya urefu pia tulikuwa na vipimo vya ujazo. Kibaba ni kipimo cha ujazo ambacho ni sawa na gramu mia saba; kisaga sawa na vibaba viwili na pishi ni sawa na visaga viwili na pia sawa na vibaba vinne. Kwa hiyo kazi kwenu sare nimewaletea mshindwe wenyewe. Msishindwe kupika kwa kusingizia moshi." Chiku aliwaeleza.

"Ama kweli mgeni njoo mwenyeji apone, yote haya ningeyajulia wapi kama si kuja kwa Chiku," Mama Mashavu alitongoa.

"Haya sare tumeiona mwaya, tutawaambia waume zetu," Mama Mashavu na Mama Katuli walijibu kwa pamoja.

"Jamani kabla ya kuendelea na mazungumzo nisifanye la muazima jamvi, aliyefika kwa jirani na kuanza kupiga soga kabla ya kuomba jamvi; akaja mwingine akaomba jamvi akapewa yeye akakosa. Naomba Mama Mashavu uniazime kikombe chako cha kauri, kawa na chano. Mbuzi, kibia na kibao cha kusukumia chapati nitakwenda kuazima kwa Mwanahemedi." Kabla ya Chiku kumaliza kusema mama Mashavu akapoka ukili.

"Nakukata kauli dada, utasema leo na kesho; yule ni Mwanahemedi au Binti Hemedi?"

"Mwanahemedi na binti Hemedi yote ni sawa, ni rupia kwa ya pili, maana yake ni mtoto wa Hemedi, maana binti huweza kuitwa kwa jina la baba yake. Ngoja nikupe faida zaidi juu ya majina ya watu pwani, Ramadhani kazaliwa mwezi wa Ramadhani kwa mwanaume, na mwanamke aliyezaliwa mwezi wa Ramadhani huitwa Saumu, Muharami kazaliwa mwezi wa Muharam yaani mfungo nne au mwezi wa kwanza wa kalenda ya Kiislamu, kama ilivyo Januari katika kalenda ya kizungu.

Idi ni mtoto aliyezaliwa katika sikukuu ya idi. Mwamvita kazaliwa wakati wa vita; Suria ni mtumwa wa kike aliyeolewa na bwana wake. Aidha unapomwita mwanamke kwa heshima lazima utangulize maneno kama: Mwana, Siti, Nunu. Mathalan Mwanaidi, Mwanaisha, Mwana Athumani, Nunu Asha au Siti Asha, Siti binti Saad na kadhalika. Majina mengine huweza kubainika kutokana na muktadha, kwa mfano, Mwanahamisi inaweza ikawa ni mtoto wa Hamisi au Mwanahamisi kama jina la kike. Majina mengine ya Pwani ni kama Mshamo, Tadaabuni, Mridu, Juhudi," Chiku alinena.

"He! babu wee, achana na hayo majina yananichanganya mimi. Tuendelee na mazungumzo yetu," Mama Katuli alimwambia Chiku, na kuendelea. "Haya, mbona unaazima vyombo vyote hivyo, leo '*kunani*'?" Mama Katuli alimuuliza Chiku.

"Mwenzangu, we acha tu, nina ugeni huo nyumbani kwangu hausemeki, ni ugeni wa kuchinja kuku, si ule wa mgeni njoo mwenyeji apone la huu ni mgeni njoo mwenyeji aadhirike. Mkaza hau na mjomba wamekuja bila taarifa, mwenzangu," Chiku alisema.

"He, makubwa hayo; mgeni anatoa taarifa?" Mila na dasturi zetu sisi mgeni hatoi taarifa. Mama Mashavu alipoka ukili na kuendelea, "Mimi mwenzio yalinikuta, juzi shinda jana; mbona nilitaka kuumbuka. Walikuja wageni watano, na si wageni lele mama, ni wageni wa majina, mavyaa, shangazi, '*odo*,' 'mkuu' na nyanya Hamadi! Wanapiga hodi, ndio kwanza nanyunyuzia unga kwenye nyungu ya maji ya ugali. Ilinibidi niongeze maji. '*Kimbembe*' kilikuwa kwenye kitoweo shoga, wee patamu hapo, nikaamini kuwa siku ya kuvuka nguo ndio siku ya kukutana na mkweo. Sikuwa na kitoweo chochote, si mboga, si mchuzi wa nyama, samaki wala kuku. Nilipika budu la choroko kidogo tu kama ada, na nje vunde lilitanda anga nzima, sikuweza kutoka. Afae hakosi mzishi; kwa bahati nilikuwa na akiba ya vipande vitatu vya pweza na vipande viwili vya nguru kwenye susu; sikuwa na budi nikavitwaa na kuvichoma angalau wageni wangu wale ugali na nguru na pweza wa kumagiria. '*Walahi wa bilahi*' niliona soni kama nimejinyea vile au nimekaa utupu hadharani," Mama Mashavu alinena.

"Nguru na pweza!"

Mama Katuli alidakia na akusema, "Mimi sina shetani na nguru wala pweza. Nguru harufu yake siipendi, inanitia kichefuchefu, pweza namfananisha na nyoka; na ndio maana hata mkunga simtaki hata kumsikia. Mimi shetani wangu samaki mkundaji, tasi, bowelo mvuvi au chuchungi; nikipata na pande la muhogo wa kupwaza na hasa muhogo wa Kigoma au mchanyato wa ndizi za muhoye ama viazi vya hali mtumwa na chai ya shira, au mchaichai kwenye kikombe cha kauri na sukari isikolee, iwe kwa mbaali ya kusikilizia, hapo hunibandui, waliokufa wote nawaona wajinga."

Mama Mashavu alidakia, "Shoga usinitajie chuchunge ukinitajia chuchunge mwenzio mate ya uchu yananijaa mdomoni. Mimi shetani wangu chuchungi, hongwe, jodari na kamba mti. Huwa nawapika chukuchuku, halafu nawakausha, ndimu ikolee kidogo na pilipili kichaa, hoho au mbuzi; nikipata na ugali wa muhogo, hasa kivunde ni hatari! Mbona ukionja huachi mwari; maana utakula hadi sahani uione maua, na kuramba uchogo; usipojihadhari, unaweza kuvuta upeto wa juu wa kanga badala ya chini ukidhani unajihifadhi, kumbe unajiweka wazi; ukiwaachia watu radhi, yakawa ni yaleyale ya wimbo wa watoto.

Duka la muhindi liwazi lauza mchele kwa nazi"

"Loh! shoga huvumi tu kumbe umo! Una maneno kama kiwete au mtoto aliyechelewa kutembea," Wakaangua kicheko kwa pamoja.

"Na wewe Chiku kumbe umo," Mama Katuli alisema na papohapo Mama Mashavu akapoka ukili. "Avumae baharini papa kumbe wengi wapo. Chiku una maneno mengi kama chiriku au kasuku. Kiwete kasingiziwa!" Mama Mashavu akamalizia.

"He! mwenzangu niache niseme mdomo mali yangu, nikifa nitasemea wapi?" Chiku alinena na kuendelea. "He he he, Shoga, nicheke ninenepe nikonde nina mume."

"Jamani nasikia mtondogoo ni kuoga mwaka kwa hiyo muwahi. Si unajua ukichelewa utageuka jiwe. Si unaona lile jiwe pale Mbuyu kenda. Jiwe lile linafanana na mwanamke aliyebeba mtoto mgongoni. Lile si jiwe bali ni mwanamke na mtoto wake mgongoni waligeuka jiwe baada ya kuchelewa kuoga mwaka," Chiku alinena.

"Toba yarabi! Ewe mwanamke punguza uongo. Uongo mbaya utasutwa, utakufa kinywa wazi kwa umbea, utakwenda motoni; na usipoangalia, utakuwa kuni za kuchomea wengine. Lile jabali la Mwenyenzi Mungu, wewe unasema mwanamke aliyebeba mtoto, aliyechelewa kwenda kuoga mwaka. Ptu!" Mama Katuli alisema na kutema mate ya kumkejeli Chiku.

"Ooh sawa!" Chiku alijibu na kuendelea kusema kwa kujiapiza huku akionesha ishara ya kujichinja shingo kwa kidole cha shahada cha mkono wa kulia, "Haki ya Mungu, nikamfufue baba yangu Sefu kuzimu, na nyumba hii niliyokaa zindiko lake silijui, lile jiwe pale Mbuyu kenda ulionalo ni binadamu, mwanamke aliyebeba mtoto, kachelewa kwenda kuoga mwaka. Masahafu ya Mtume kama unabisha basi," Chiku akajiapia.

"Wewe nani kakuambia?" Mama Mashavu akadakia. "Nimesikia na watu wanaoaminika, wakubwa na akili zao, waliokula chumvi nyingi na wanaoweza kukuzaa wewe wima huku wakivuta sigara." chiku alijibu na Kuendelea. "Mtu hukunyima tonge hakunyimi neno. Kama huamini basi," Chiku alisema hayo huku akionesha kukerwa na ubishi wa mashoga zake. "Sisi tunajua kuoga mwaka, ni siku maalumu ambayo watu mnatangaziwa siku na saa ya kuoga mwaka. Siku hiyo maalumu, viongozi wa dini hutengeneza kombe na kila nyumba inagaiwa hilo kombe. Muda wa kuoga mwaka ukifika, kila mtu huchukuwa hilo kombe kiasi kidogo na kuweka ndani ya maji na kuoga. Ni kweli zamani watu walikuwa wanakwenda mtoni au baharini kuoga, lakini si siku hizi. Lakini hayo ya kugeuka jiwe, ndio kwanza tunayasikia na wewe leo hii." Mama Katuli alisema.

"Haya mimi naondoka nisije nikachelewa bure maana siku hizi nasikia kuna mumiani au chinjachinja wanaonyonya damu. Kuna Hamisi Kipendaroho. Ana kioo chake akikumulika tu unamfuata mwenyewe kama mbwa anavyomfuata chatu. Mwingine anaitwa Frenki. Wakikukamata wanakugema."

"He we mtoto punguza. Halafu hiyo damu wanaipeleka wapi?Na kwanza wewe umeyasikia na nani hayo? Uliyemsikia nani kakamatwa?" Mama Katuli aliuliza kwa mshangao.

"Juzi ilipigwa mbiu. Mbiu ya mgambo ikilia ina jambo. Ukipotelewa na mbuzi tafuta, ukipotelewa na kuku tafuta; ukipotelewa na ng'ombe, tafuta lakini ukipotelewa na mtu usitafute, shukuru Mungu, hutampata. Hamisi Kipendaroho kaingia eneo letu," Chiku alisema kwa kujiamini.

"Haya umeyasikia na nani hayo? Kama si umbea nini? Au hiyo mbiu yenyewe ulisikia au kuishuhudia?" Mama Mashavu aliendelea kumdodosa Chiku.

"Kusema 'haki lilahi,' msema kweli mpenzi wa Mungu; mimi

sikuishuhudia hiyo mbiu ila nimefanya kuambiwa na watu. Mbona yameenea kila sehemu," Chiku alijitetea huku akijiapia kwa miungu yote, na kuonesha ishara ya kujichinja shingo kwa kidole cha shahada.

"Huo ni umbea na uzushi. Ukienda Mkanyageni utasikia wanasema wamesikia Majengo. Ukienda Majengo utasikia wanasema wamesikia Mkanyageni," Mama Katuli alisema na kuendelea, "Haya hiyo damu ikishagemwa inapelekwa wapi?" Mama Katuli aliuliza.

"Wee unadhani inakwenda wapi? Si inauzwa hospitali," Chiku alijibu.

"He, wenzangu makubwa hayo, haiingii akilini! Hospitali gani? Damu hutunzwa katika vyombo maalumu. Si kitu cha kuchukuliwa na kutunzwa ovyoovyo au kuwekwa kwenye madumu kiholela kama unavyosema wewe na wazushi wengine. Kwa hilo babu hutudanganyi ng'o, ongopa jingine," Mama Mashavu alipoka ukili.

"Shauri lenu mimi naondoka," Chiku aliwaaga mashoga zake, na kama kawaida yake kwa bughdha na kuongea kama chiriku. "Kwa herini. Maana wengine tuna damu ya kunguni.Kila ninachosema mimi naambiwa muongo, mbea na mzushi. Wakisema wengine sahihi. Ni yaleyale ya kanga za 'mwafulani' "*Sema wee kiazi, nikisema mimi muhogo, nina mzizi,*" Chiku alilalamika.

"Hebu kwanza shoga nimesahau kabla ya kuondoka tupe habari ya Mama Siyawezi. Anaendeleaje?" Mama Mashavu alimuuliza Chiku.

"Mmh! mwenzangu, naogopa nisije nikaambiwa mbea, lakini mwenzangu hajambo ya Kiswahili, maana Mswahili husema hajambo wakati anaumwa. Hali yake kwa kweli hairidhishi, yuko 'hoi bin taaban,' kila dawa anayopewa haifui dafu, akipewa dawa leo kesho mambo haba jana. Kila dawa anayopewa haiwi mjarabu. Ndugu zake wametembea sana kwa waganga na waganguzi. Wamekwenda kuomba kwa Mawalii, Masharifu, na hata kwenye makaburi ya Masharifu wamekwenda. Wamefika hadi kwenye mizimu ya Kibibi, mizimu ya Ngende, mizimu ya Mwanakweleke lakini vyote havikumwombea. Ugonjwa ule mwenzangu ulipofikia ni wa wanandugu, galagala mauti mwenzangu, kila kitu hapohapo, choo kikubwa na kidogo. Watu wanatazamia roho inavyoelekea hadi kamba tatu. Hatumuombei mabaya lakini mwenzagu huyo ni maiti hai, duniani hayupo, ahera anatafutwa. Iliyobaki tumuachie Mungu. Ziraili kamsimamia. Hapo kama wasemavyo, Ziraili na roho ya mtu," Chiku alisema huku akionesha huzuni isiyo kifani.

"Chamno nini?" Mama Katuli aliuliza.

"Wambea wanasema Kitigo." Chiku alisema.

"Kitigo ni nini?" Mama Mashavu aliuliza.

"Kitigo ni ugonjwa unaotokana na kufanya mapenzi na ndugu wa damu au mwenye uhusiano wa karibu. Wambea wanadai kuwa Mama Siyawezi anatembea na mume wa mdogo wake toka nitoke Shehe Uzegeni." Chiku alisema.

"Toba! Ptu, Mungu apishilie mbali." Mama Katuli alimaka.

"Mmh! wanamchumia dhambi mtoto wa watu." Mama Mashavu alinena na kuendelea, "Mama Siyawezi nimjuaye mimi, mtoto aliyetoka kwenye mifupa ya watu hawezi kutenda hayo, namlia kiapo."

"Hee! wanasema simba mwenda pole ndiye mla nyama. Watu wakimya au wapole ogopa!" Chiku alipoka ukili.

"Watu wana dhambi. Kumkisia mtu ni vibaya sana. Unajua anayekisiwa hana dhambi, mwenye dhambi yule anayemkisia mwenziye," Mama Katuli alisema na kuendelea, "Kama ni kweli shoga mbona balaa na dhambi isiyo kifani. Anavyoteseka mwanamke mwenzetu inatia huruma. Iwapo ni kweli, nimeamini malipo yapo hapa hapa duniani ahera kwenda hesabu. Kiranga kinamtokea puani. Mama Siyawezi na hayawezi kama jina lake. Amedhoofu huyo! Ng'onda kasingiziwa, ana upele mwili mzima na donda ndugu. Kila dawa kawekwa hapati ahuweni; kawekwa kibiriti upele na mruturutu vyote havikumpa nafuu." Chiku alisema.

"Halafu nasikia Mama Siyawezi ni ndugu na Dogoli." Mama Mashavu aliuliza.

"Ndio ni nyumba kubwa na ndogo, kazaliwa na magati wa nyumba ndogo." Chiku alijibu.

"Lakini Uzegeni si shehe mbona anafanya mambo hayo?" Mama Mashavu aliuliza, "Mashehe nao wamo ingawa si wote," Chiku alisema na kuendelea, "Ndio maana kuna kanga zinasema; 'Mlevi kwenda peponi shehe kwenda motoni.' Mambo yenyewe ni kama hayo. Mlevi anaweza akawa mtu rahim na akawa na matendo mema na shehe akawa ana matendo maovu na ya kifirauni. Shehe Uzegeni ni mwingi wa habari. Ndio maana hali yake imekuwa hohehahe. Fedha zote za sadaka huzitumia kufisadi wake za watu. Ana vimada kama utitiri. Kuna siku aliponea chupuchupu, ilikuwa alimanusura auwawe baada ya kufumaniwa na mke wa mtu. Inasemekana yule kitinda mimba wa mama Siyawezi, Shebe ni damu ya Uzegeni. Hata wewe ukimuangalia sana utaona yale macho ni Uzegeni mtupu huwezi kuuliza. Lakini anajulikana kwa ubini wa baba Siyawezi; si unajua tena kitanda hakizai haramu." Chiku alinena.

"Hivi Shehe Uzegeni si ana mitara, wake wawili?" Mama Katuli aliuliza.

"Heh! wake wawili! Alikuwa anaishi na wake watano; mmoja alivyoona dhiki zinazidi alisanzuka bila ya hata kuaga. Anashindwa kuikarabati nyumba yake na kumfanya aishi kwenye nyumba mbovu. Hivi sasa amebakia na wake wanne na wote anawatawisha kama imani yake inavyotaka. Mke mwingine kamuoa juzi juzi, kinda la jana hata ubwabwa wa shingo haujamtoka, sawa na mjukuu wake kama si kitukuu. Ana mkomaza mtoto wa watu. Mtu mzima ashakum, mvi zimetapakaa kila sehemu," Chiku alilaani.

"Anamuoja nini? Unaambiwa mwanamke akishavunja ungo hana udogo kwa mwanamume. Mwana wa mwenzio mkubwa mwenzio, chambilecho, yaani mwana wa mtu ni kizushi, akizuka zuka naye." Mama Mashavu alijibu.

"Lakini jamani pamoja na hayo, na sisi wanawake tumezidi. Wewe unaona wenzako wanavyoteseka na wewe unakwenda kujirundika hapo hapo. Tuseme shida au dhiki ya wanaume? Ka!" Mama Katuli alitongoa.

"Baadhi ya watu wanasema kuwa ugonjwa wa mama Siyawezi umechangiwa na kihoro kilichotokana na vifo vya mfululizo vya ndugu zake watatu. Inasemekana wamerogwa uchawi wa kipukusa. Watapukutika ukoo mzima. Mdogo wao wa kiume kapigwa kipapai na ametoweka miongo miwili iliyopita, mdogo wake wa kike kachukuliwa msukule. Mama Siyawezi nae ndiyo huyo hoi bin taaban, kila kitu hapo hapo," Chiku alinena.

"Lakini kwa nini warogwe?" Mama Katuli aliuliza kwa mshangao.

"Inasemekana mmoja katika ukoo huo aliiba nazi kiungani kwa Mwinyi Hatibu. Na kama ujuavyo viunga vyote vya Mwinyi Hatibu vimewekewa kago na kusomewa arubadili na matego mengine. Baadhi ya wezi wameshanaswa na mawano. Nimesikia linalotawala zaidi ni kago la kipukusa na huenda ndilo linalowamaliza akina Mama Siyawezi,"

Chiku alisema.

"Kwa nini aliyeiba mmoja wafe au waathirike wengine katika ukoo? Si angekufa huyo huyo mmoja muhusika?" Mama Mashavu aliuliza.

"He! mwenzangu hujui kuwa nazi mbovu harabu ya nzima au samaki mmoja akioza wote huambiwa wameoza. Wewe huoni kuwa siafu mmoja akikung'ata unachukuwa moto kuwaangamiza wote. Siafu mmoja huwaponza wote," Chiku ambaye ni *mseja* alisema hayo na kuangua kicheko kama kawaida yake.lakini chonde chonde maneno haya yaishie hapa hapa, mtu akisutwa mimi simo msije mkanitaja," Chiku alionya.

"Hebu niondoke mie nisije nikazuliwa mengine buree kibwengo mie mwenye damu ya kunguni. Kwa herini jamani," Chiku aliaga.

"Taraa mwanadamu ukimwona Mwanaheri kampe salamu nyingi toka kwangu," Mama Katuli alimuagiza Chiku.

"Aaah! sitazifikisha hizo salamu katu. Mimi na Mwanaheri hatupiki chungu kimoja kama paka na chui au baruti na moto, mbalimbali kama wali na dagaa. Mimi na mtu anaejinaki hatupatani. Mtu mwenyewe miguu kama yangu lakini anajiona huyo," Chiku alisema.

"Ka! si kweli bibi wewe, sema tu una lako jambo," Mama Katuli alimjibu Chiku.

"Bibi we niache. Nimesema simsalimii ng'odo. Niachie niondoke, nisije nikamwaga mchele kwenye kuku wengi, humjui wewe Mwanaheri na visa vyake. Siri ya mtungi aijuae kata, adhabu ya kaburi aijuae maiti na aibu ya maiti aijuae muosha. Mimi namjua fika Mwanaheri, nyinyi hamjui visa vyake, mnamsikia tu," Chiku alisema.

"Mmh! hana visa vyovyote wewe tu na roho yako, umemzia tu mtoto wa mwenzio," Mama Mashavu alimwambia Chiku.

"Sawa mtasema mchana usiku mtalala," Chiku alijibu.

"Jamani kwaherini, tutakesha bure," Chiku aliaga tena.

"Haya kwa heri ya kuonana, karibu tena. Utakuja lini tena?" Mama Mashavu aliuliza.

"Nitakuja siku isiokuwa na jina Mungu akipenda tuombe uzima," Chiku alijibu.

SURA YA PILI

Siku ya Harusi na Wasifu wa Ukoo wa Bwana Harusi

Kama kawaida sherehe za harusi zilitanguliwa na ngoma ya '*bati*' siku nne kabla ya harusi.

Ngoma ya 'bati' ilipambwa na kunogeshwa na nyimbo za 'bati.'

Alia,alia ee, alia ng'ombe baa.
Silikutu limavunede mavunde
Kama jungu lipikwalo kunde
Mja kwangu sharti ajifunge
Kama simba mtafuna kurunge!

Wimbo mwingine ni:

Kantunyu kantunyuele ngoma,
kantunyu kantunyuele ngoma
Machicha wawa, machicha wawa!

Siku ya harusi ilipofika,vigelegele, nderemo, bashasha, vifijo pamoja na vituko vya kila aina vilitawala uwanjani kwa bibi harusi katika kijiji cha Mzambarauni na vitongoji vyake; kijiji cha Pwani kilichochanganya utamaduni wa Kiswahili na Kiarabu. Naam, ilikuwa siku ya rindimo la kumbwaya na la msondo na mlio wa filimbi wa ajabu ulisikika! Hakika palikuwa hapatoshi. Ilikuwa siku ya mvua inyeshe ardhi itote; asiye na mwana aeleke jiwe. Watu wa kila rika walifika harusini, wanawake, wanaume, watoto kwa wakubwa, wazee kwa vijana, si utitiri wa watu huo! Watu walishonana hata pa kutemea mate hapakupatikana, wanene, wembamba, matipwatipwa, vimbaumbau, maspoti, warefu, wafupi, wa kadri na wengine "*nyadundo*" na kadhalika.

Kila aina ya nguo ilivaliwa: magauni, kaniki, kanga, mitandio, vitambi pamoja na mikoba ya plastiki hadi ya ngozi, kwa upande wa wanawake; na kwa upande wa wanaume, makoti, suruali, kanzu na vizibao, kofia za bulibuli, na madongeo kofia za kazi na nyingine nyinginezo.

Nywele za wanawake zilisukwa kwa mitindo mbalimbali, twende kilioni, tatu kichwa, mabutu, mbwa kachoka na vitunguu. Harufu za manukato na marashi aina mbalimbali yakiwemo afuu, karafuu na hata ya nyonyo. Mikufu, shanga, vidani, pete vikuku vya shaba na dhahabu pamoja na vishaufu, hereni, vipini na bangili za kila aina na mtindo, vilivaliwa. Vilemba vya kila sampuli vilionekana viking'ara na kumeremeta vichwani kwa akina mama, achilia mbali waliobandika meno ya shaba na dhahabu kinywani, wengine walipaka hina na kujichora michoro mbalimbali mwilini kama; picha za mamba, kenge, ng'e, moyo, ngao na kadhalika.

Vijana walinyoa minyoo ya kila aina, wako walioweka bwenzi, wako waliopasua mipaka, na fasheni za kila aina. Ili mradi mashabiki wa aina kwa aina. Katika viwanja vya sherehe kama hizi, kwa desturi, huwa ni viwanja vya mashangingi, mashankupe, mashakunaku, virukanjia na viparamoto. Kuna walio wanafunzi, wazoefu na waliokubuhu pia hawakukosekana; wote hao husaka wateja kwa udi na uvumba; kila mtu katika mawindo akijaribu bahati yake. Husema riziki ya mbwa iko miguuni mwake na mguu wa kutoka Mtume kauombea. Wenye makalio makubwa, waliopigwa miko, walionekana wakiwa wanapitapita huku na kule wakichezesha maungo yao, wakikata viuno, na kutingisha makalio bila ya hata soni kutafuta soko. Hakika walivaa uso wa mbuzi, matendo yao sawa na viumbe waliolaanika. Macho ya baadhi yao 'yalisilibwa' wanja kuanzia kwenye kope, nyusi hadi mashavuni; 'walijimwagia' poda hadi kichefuchefu; walijichora kwa korosho hadi wakawa na madonda, madoa na mabaka mabaka mithili ya kenge.

Bashasha ziliongezeka mara dufu pale ndugu, rafiki, na jamaa wa Bwana harusi walipowasili uwanjani kwa bibi harusi kwa mbwembwe na mikogo mingi.

Shamrashamra hizo zilisindikizwa na nyimbo mbalimbali maarufu katika sherehe za harusi.

Hodi hodi mumkome leo, ana mume wake!
Hodi hodi mumkome leo, ana mume wake!

wimbo wa pongezi nao haukuachwa nyuma.

Hongera mwanangu, wee hongera nami nihongere, wee hongera
Mama uchungu mama uchungu nyamala mwanangu oyee
Nyamala mwanangu tumbo la udele linauma mno wee hongera.
Tumbo la udele iyee linauma mno wee hongera.
Mama uchungu,mama uchunguoo lina uma
Mno wee hongera.

Waliendelea kujiburudisha na kama kawaida wimbo wa Kimasomaso na ule wa Kijembe ziliimbwa na wote walijawa na nyuso zenye furaha tele.

Kimasomaso mwanangu msimuone maso
Kwa jicho la adui mwanangu usimuone maso
Kijembe kongoka mpini nikutie kianio,
nimepata dereva ajuae, gari langu lenda mbio.

Mbinja na miluzi ya aina zote ilisikika, hakika ilikuwa siku ya mvua kunyesha na ardhi kutota. Sherehe hiyo ilipambwa na ngoma za kila aina; tokomile, mchiriku, gombe sugu, kumbwaya, msondo, msanja, buti, zumari na ngoma nyingine kadha wa kadha. Vyakula vya kila aina vilikuwepo: machaza, wali, pilau, biriani, michanyato ya ndizi, magimbi, mihogo, choroko za maua, tambi, makopa ya nazi, bokoboko, kalimati, vibibi, chapati za maji nk. Vinywaji kama vile togwa na pombe vilikuwepo. Watu walikula na kusaza na wengine kuvimbiwa.

Shangazi wa Bwana harusi, alishindwa kujizuia, machozi yalimbubujika na hatimaye alitoa kilio cha kwikwi kwa sauti, hasa pale alipowakumbuka na kuwataja kwa majina wahenga waliotangulia mbele ya haki wakiwemo shangazi wa Bwana harusi, Zena binti Uledi au Mama Tukae, Tumbwaziko, 'odo' au mama mdogo wa Bwana harusi, Sezigilo, Kifundo mjombamtu, Selo Makanzu, Chaudele wa Mama Tukae, na wengine wengi, waliotangulia kuzimu.

Ghafla uwanja ulizizima na kuwa kimya pale Bwana harusi na wapambe wake walipojitokeza. Watu wakisukumana kumwona Bwana harusi alivyo hasa wakina mama; warefu waliwakinga wafupi, na wafupi wakiwa wanachuchumia ili waweze kuona angalau hata kanzu ya Bwana harusi. Wako waliochuchumaa kujaribu kuona angalau miguu ya Bwana harusi.

Ilikuwa hekaheka vitanda na mikeka, watu walikuwa wakisukumana na kubanana wakigombea kumwona Bwana harusi. Achilia mbali waliopanda kwenye mapaa ya nyumba, wako waliopanda kwenye mabega ya watu wengine alimradi wamwone Bwana harusi.

*   *   *

Bwana harusi alikuwa maarufu sana. Umaarufu wake ulitokana na kuzaliwa katika ukoo wa marehemu Mwinyimvua, Mungu amrehemu.

Baba yake Bwana harusi, Mzee Madafu alikuwa mtoto wa pili kutoka kitinda mimba katika familia ya watoto kumi na watano wa Mzee Mwinyimvua.

Katika watoto hao kumi na tano, watoto watano waliuawa kwa kuzaliwa vigego; mmoja alianza kuota meno ya juu, akauwawa; mtoto wa pili aliuawa kwa sababu alipozaliwa alitanguliza makalio, wote hao walikuwa wa kiume. Watoto wawili walizaliwa pacha, mmoja wa kike na mmoja wa kiume, kati yao Doto ambaye ni wa kiume aliuwawa, kwani kuzaliwa pacha kulihesabiwa kuwa ni uchuro na hivyo watoto hao walihesabiwa kuwa vigego na mmoja ambaye ni Doto ilikuwa lazima auwawe na aliuwawa kwa kufunikwa ndani ya chungu; wenyewe wanasema "kusogeza." Mtoto wa nne aliyeuwawa ni mtoto wa kike; yeye aliuwawa kwa sababu mama yake alitokwa na damu puani wakati wa ujauzito wa huyo mtoto hivyo alihesabiwa pia kigego. Mtoto wa tano kuuwawa alikuwa zeruzeru ambae alienekana kuwa uchuro.

Mtoto wa sita alizaliwa kilema; huyu amezaliwa akiwa amepinda unyayo wa kushoto. Aidha alikuwa na kigosho cha mkono wa kushoto, Mtoto huyu baadaye alivuma kwa jina la Kiguru. Kuzaliwa kilema ilihesabiwa pia ni uchuro; hivyo nae pia alitakiwa auwawe. Wakati wazee wa kimila walipokuwa katika mchakato wa kumuua huyu Kiguru, ajuza mmoja miongoni mwa wazee wa kimila alimuomba amchukue Kiguru akamuulie nyumbani kwake. Wazee wa kimila wakamruhusu aondoke nae kwa masharti kuwa lazima akamuue. Katika hali hii wakabaki watoto tisa; wa kiume watatu akiwemo marehemu Madafu, na watoto sita wa kike. Kati ya hao watoto wa kiume mmoja aliitwa Karama, mwingine aliitwa Njozi na huyu wa tatu ndiye baba yake Bwana harusi Madafu.

Watoto hao watatu wa kiume, kila mmoja alikuwa na kuburi yake; Karama alikuwa mganga mpiga ramli, Njozi alikuwa mcheshi na mpiga hadithi na Madafu alikuwa mpenda anasa. Karama alijaliwa uwezo wa kupiga ramli kuanzia ya kibao, tunguri, hadi falaki; na pia alikuwa akipandisha mashetani. Alikuwa maarufu sana katika kijiji cha Mzabarauni na vitongoji vyake. Taarifa zake zilienea na kusambaa kama moshi angani na kusikika karibu nchi nzima. Alikuwa akipiga ramli leo, inatabiri hata matukio ya siku fungate zijazo. Inahadithiwa kuwa siku moja shetani aliyejulikana kwa jina la Kibwengo Mzuhari alimtokea Karama katika hali ya binadamu na kumuomba ampigie ramli, akitaka kujua Kibwengo Mzuhari kwa siku ile alikuwa wapi.

Karama akaridhia ombi hilo la Kibwengo Mzuhari aliyejitokeza katika umbo la binadamu. Karama akaanza kwa kupiga ramli ya kibao, ramli ya majivu, akaja tunguri, akapandisha ruhani na hatimaye akapiga falaki. Kahangaika sana, mtu wa watu; akatazama Matlai, Magharibi, Kasikazini na Kusini. Baadaye akainua kichwa chake na akaangalia juu mbinguni, kisha akainamisha kichwa na akamgeukia Kibwengo Mzuhari akamwambia: "Nimeangalia pande zote za dunia Mashariki, Magharibi, Kasikazini, na Kusini na hata angani, ardhini na katika sayari zote, angani sikumwona Kibwengo Mzuhari. Nimebakiza watu wawili tu! Mimi na wewe. Kama Kibwengo Mzuhari si wewe basi ni mimi hapa". Kibwengo Mzuhari alipopata jibu hilo akageuka shetani na kumnyang'anya Karama kile kitabu. Karama nae akasoma aya zake za falaki, na kuanza kumfukuza huko huko angani. Kibwengo Mzuhari kuona vile, akachana karatasi moja kutoka katika kile kitabu cha ramli. Karama alipoona ile karatasi, akashuka akidhania amekidondosha, kitabu chote kumbe ni karatasi moja tu iliyotolewa na kurushwa chini. Ule ukurasa uliodondoka chini ulifikia kwenye malisho ya mbuzi. Mbuzi mmoja akautafunatafuna ule ukurasa mmoja, kikabaki kipande ambacho ndicho alichozalisha na kuwa kitabu cha sasa cha ramli. Na pale kinyesi cha mbuzi aliyekula kile kikaratasi kilipodondokea pakaota miti ambayo ndiyo inayotumika kwa dawa za kutibu magonjwa mbalimbali duniani.

Njozi naye alikuwa mcheshi na mpiga hadithi. Watoto kwa wakubwa walimpenda sana kwa ucheshi na hadithi zake za kusisimua na zenye mafundisho. Katika moja ya ucheshi wake, alisimulia kisa cha bwana mmoja aliyekwenda kwa fundi cherehani na kutaka kushonewa nguo. Katika maelezo ya Bwana huyo alimuomba fundi amshonee nguo mtindo wa peke yake. Basi fundi akamuuliza. "Kitambaa kwako au kwangu," yule Bwana akajibu, "Kitambaa kwangu."

Fundi akamwambia sawa utapata mshono wa peke yako. Wakapatana siku ya kuichukua ile nguo. Siku ya ahadi ya kuichukua ile nguo ilipofika, yule bwana akaenda kwa fundi. Loh! Masalale! Yule bwana mwenye nguo akataharuki na kuja juu kama moto wa kifuu.

"Nguo gani hii, marapurapu? Itakuwaje nguo ishonwe kanzu humo humo, koti humo humo, kaptura humo humo, shati humo humo, 'changumi' humo humo, sidiria humo humo, rinda humo humo, kofia humo humo, pajama humo humo; mifuko minane mbele na nyuma. Wewe si fundi si lolote," Mwenye nguo akatoa kashfa na matusi juu. "Fundi gani wee, fundi njaa kama si fundi viraka. Nguo gani ya namna hii. Uliwahi kuona nguo kama hii katika maisha yako, nguo gani ina nguo nyingi ndani yake? Hayawani mkubwa. Rudisha fedha zangu na kitambaa changu kufumba na kufumbua, nikitema mate yasikauke ama sivyo nitakushitaki ufungwe bati kuoza, bazazi mkubwa we! Hunijui mie utanyea debe." Mwenye kitambaa alifura na kufoka kama nyati aliyejeruhiwa. Wakati wote huo yule bwana akifoka fundi alitulia kimya kama maji mtungini. Alimsubiri mteja wake amalize kufoka.

Yule fundi kwa unyenyekevu aliinua kichwa chake taratibu akamjibu "Nenda kashitaki kokote, na sifungwi ng'o. Wewe mwenyewe ulitaka mshono wa peke yako, si ndio huo. Uliwahi kumwona mtu mwenye nguo ya namna hiyo kama si wewe peke yako kama ulivyotaka. Mshono huu ni wa pekee kama ulivyoagiza mwenyewe. Hakuna mtu yeyote dunia nzima labda kwenye sayari nyingine. Ujue kuwa kauli yako imekuponza."

Miongoni mwa hadithi zilizompatia sifa Njozi ni zile hadithi tatu maarufu. Siku moja Njozi alisimulia hadithi na kama kawaida yake alianza kwa mbwebwe.

"Paukwa," Njozi alisema.

"Pakawa," Wasikilizaji walinena Njozi alienelea: "Kaondokea chenjagaa, kajenga nyumba akakaa. Mwanangu mwana siti kijino kama chikichi cha kujengea kikuta na vilango vya kupita."

Wasikilizaji huitikia. "Naam twaibu."

Hadithi hii maarufu iliitwa, 'Amekataa ya Musa kapata ya Firauni.' "Hapo zamani sana, enzi ya Nabii Musa na Firauni, mtawala katili wa Misri ya kale, kulikuwa na bwana mmoja akiishi na mkewe katika nyumba moja ya ghorofa. Mkewe huyo alikuwa na himila. Chini ya nyumba hii ya ghorofa, kulikuwa na bwana mmoja ambaye alikuwa kapera. Siku moja huyo kapera alikuwa akioka nguru. Ile harufu ya moshi wa nguru ikapaa hadi ghorofani, kwa yule bwana mwenye mke mwenye mimba. Ile harufu ya moshi wa nguru ikamchefua roho yule mwanamke mjamzito hadi akatapika sana, na kusababisha mimba kutoka. Yule Bwana mwenye mke, akaenda kumshitaki yule Kapera mchoma nguru kwa Musa. Musa akamuomba na kumsihi yule bwana mwenye mke amsamehe, ni bahati mbaya, na bahati mbaya siku zote humkuta binadamu. Yule mwenye mke akakataa katakata, kumsamehe kapera. Akaamua kwenda kumshitaki kwa Firauni. Firauni akayasikiliza maelezo ya mwenye mke na akatoa hukumu. Katika hukumu yake, akamwambia yule kapera mchoma nguru amchukue yule mke akakae naye hadi ampe mimba kwa minajili ya kurudisha mimba ya watu aliyoitoa. Hukumu hii ilimfedhehesha sana yule mume wa mwanamke aliyekuwa na mimba. Akakumbuka bora angekubali hukumu ya Musa, kuliko ile ya Firauni. Basi yule Kapera kalala masikini kaamka tajiri. Akamchukua yule mke, na kwenda ishi nae ili arudishe ile mimba. Muda gani haikujulikana." Mkataa jema baya linamngoja au mkataa pema pabaya panamwita. Njozi hakuishia pale aliendelea kuwasimulia wasikilizaji wake hadithi, wakati huu wote walikuwa kimya wakimsikiliza yeye. Hadithi ya pili kusimuliwa ilikuwa ile ya Riziki ya Mchukuzi.

"Hapo zamani za kale, enzi ya mfalme Sulemani, kulitokea mtu mmoja waliyempachika jina la Mchukuzi. Bwana huyu alipewa jina hilo kutokana na kazi yake. Kazi kubwa ya bwana huyu ilikuwa kubeba mizigo ya watu, kuipeleka umbali wa takribani kilomita kumi na moja. Kazi hii aliifanya kila siku na kupata ujira wa kibaba kimoja cha unga.

Siku moja katika safari zake za kubeba hiyo mizigo, alichoka sana. Ikambidi apumzike katikati ya njia, kwenye msitu mnene wa kutisha wenye miti mirefu sana ili apate kupumua. Akakaa chini ya shina la mti mkubwa ili atwete. Wakati akitweta ndipo alianza kuomboleza:. 'Ee mwenyezi Mungu, shida gani hii inayonisibu! Wenzangu wanaishi maisha ya raha na starehe, wana kila kitu wanachokihitaji ulimwengu huu. Mimi kula yangu pamoja na wanangu ni ya shida tupu; ni kubeba mizito kwa ujira wa kibaba kimoja kila nibebapo mzigo. Nimekukosea nini yarabi Mungu wangu, Mungu wa wote. Nihurumie Mungu wa viumbe wote; mizimu ya mababu, na mabibi niondoleeni kadhia hii. Mungu niangalie kwa macho mawili kiumbe wako dhahili.'

Mungu si Athumani wala Abdallahaman, wakati akiendelea kuomboleza hivyo, mara akatokea mtu alikotoka atokako na kumuambia, 'Ewe mja wa Mungu, Mungu amekisikia kilio chako, na ameniagiza nikuambie yafuatayo: hapo ulipo chukua mzigo wako huo, ukishaufikisha, kajitangaze u mganga wa jadi. Utakapokwenda kumtibu mtu, utanikuta mimi mjumbe wa Mungu. Ukinikuta niko miguuni kwa mgonjwa, basi ujue fika mgonjwa huyo atapona na ukinikuta niko kichwani, ujue mgonjwa huyo atakufa. Kwa hiyo kama niko miguuni kwa mgonjwa tabanatabana tu, hata ukitukana mgonjwa atapona na ukinikuta niko kichwani, basi wala usishughulike, mgonjwa huyo atakufa.'

Mchukuzi alipoambiwa maneno hayo, yule mtu akapotea machoni kwake kimiujiza kama alivyomtokea. Mchukuzi huku akitetemeka akainua mzigo wake, kwa furaha kubwa iliyochanganyikana na hofu na woga. Alipoufikisha mzigo sehemu iliyotakiwa, akaenda porini kutafuta miti shamba na kujitangaza yu mganga wa jadi. Punde si punde, ikasikika habari kuwa kuna mgonjwa mtaa wa tatu galagala mauti, anatazamiwa roho tu, Ziraili kamsimamia. Mgonjwa mwenyewe ni mtoto wa mtu maarufu pale kijijini. Mchukuzi akapata taarifa ile akaenda hadi kwa yule mgonjwa. Alipofika mlangoni akakuta umati mkubwa wa watu walioshonana, wakiwa katika pilikapilika na simanzi kubwa waganga wa kila aina wakipokezana zamu ya kumtibu mgonjwa. Waganga wa tunguri, wa vitabu, wa majini, watabiri ambao ni magwiji hasa si waganga njaa au kajamba nani, walifurika.

Mchukuzi akaomba idhini aingie ndani kwa mgonjwa akajaribu bahati yake. Watu wakawa wanamcheka na kumkejeli sana.

'Bwana wee toka lini umganga? Njaa yako itakupoteza, kukudanganya na kukuumbua. Wewe tunakujua u-mchukuzi wa mizigo miaka dahari huna tofauti na kihongwe.'

Mchukuzi akawasihi sana akamuone mgonjwa na kumpatia matibabu. Baada ya mabishano marefu pamoja na kejeli na mabezo, mchukuzi akaruhusiwa kwa shingo upande apite huku watu wakiendelea kumbeza, kumkejeli, kumsengenya na kumramba kisogo.

'Watu wengine bwana njaa zitawaweka pabaya.' Mtu mmoja alisikika akisema.

Alipoingia ndani kwa mgonjwa, akamkuta yule mtu aliyemtokea porini kakaa miguuni kwa mgonjwa. Yule mchukuzi akamkaribia mgonjwa. Ghafula mgonjwa aliyekuwa kapoteza fahamu akastuka kidogo.

Basi saa ileile yule mchukuzi akaomba maji, akapewa, akayasukutua mdomoni, na kumtemea mgonjwa. Maajabu kama kipofu kuona mwezi au bubu kusema, yule mgonjwa ambaye alikuwa hawezi hata kujitikisa, sasa amegeuka na kuomba maji na kupiga chafya sawia. Umati uliokuwa pale haukuamini macho yao. Mchukuzi akajizungushazungusha, na kumshikashika yule mgonjwa alimradi tu aonekane anaagua.

Hatimaye mgonjwa akapiga chafya tena na kuomba uji. Watu wote walishangaa na kushika vinywa vyao, na kuanza kumpa heshima yule mchukuzi aliyeonekana kidubwasha mbele ya watu. Watu wakaanza kusukumana kugombea nafasi ili kumuona mchukuzi mganga. Waliokuwa nje wanataka kuingia ndani na wa ndani wanataka kumgusa. Pakazuka heka heka, ikabidi wamtafutie kiti na kumpa aketi huku wakiteta. Haya ni malimwengu, sisimizi kumwangusha tembo. Kweli kuna kufuru duniani! Wale waganga magwiji wengine waliokuwa wakimtibu mgonjwa wakaanza kupotea mmojammoja machoni mwa watu huku wakiwa na kinyongo kwa Mganga Mchukuzi.

Habari za Mchukuzi kumtibu na kumpa ahuweni mgonjwa aliyechungulia kaburi zilienea haraka kama moto wa pori. Mganga Mchukuzi akawa anaagizwa na kuitwa kila pande za dunia. Mchukuzi akabadilika jina na kuitwa majina kadha wa kadha, kama Gwiji la Uganga au Mfufua wafu anayetibu magonjwa yaliyowashinda magwiji wa tiba, waganga na waganguzi. Akawa sasa anaogopwa na kuheshimiwa na umati wa watu. Nyota ya uganga ikamuwakia. Na kila anapokwenda kutibia humkuta yule rafiki yake wa porini yupo ama kichwani ama miguuni. Na kama alivyoagizwa akimkuta kichwani huwaambia wahusika 'pasinali' au 'kipwi kipangani' kuwa mgonjwa wenu hatapona hata aje mganga toka mbinguni, na akimkuta miguuni huwambia wahusika atapona. Uganga wake ukavuma kupindukia mithili ya ngoma, nchini pake na nchi jirani; akawa maarufu kama fedha ama chumvi na muhimu kama pumzi. Akawa tajiri kupindukia na sasa akawa anatembea kwa farasi katika shughuli zake za utabibu.

Siku moja, katika safari zake za matibabu, Hamadi! Akakutana na yule mtu anayekutana nae kwa wagonjwa tu. Safari hii, amemkuta njiani na si kwa mgonjwa, na ni palepale walipokutana kwa mara ya kwanza. Mchukuzi mganga akashtuka, roho ikapiga pa! Kulikoni, akajiuliza, kwa sababu tangu wakutane kwa mara ya kwanza alipompa salamu kutoka kwa Mungu na kumtamkia kuwa yu mganga, hakuwa anakutana naye tena njiani, isipokuwa kwa wagonjwa. Sasa leo kakutana naye njiani, si uchuro huo! Na isitoshe sehemu ileile alipokutana naye kwa mara ya kwanza, bwana yule akamwambia, 'Unakumbuka miaka mitano iliyopita tulikutana hapa chini ya mti huu, kama ungekuwa na mdomo ungalisema."

Mchukuzi – Mganga, akaitikia kwa sauti ya kutetemeka iliyojaa hofu, "Naam twaibu, nakumbuka mtukufu!'

"Basi leo ndio mwisho wa uhai wako, kwa maana nyingine ndio mwisho wa kuishi duniani. Ukumbuke, ulilalamika na kumuomba Mungu sana siku ile, ili akufungulie riziki. Mungu akakusikiliza na kupokea maombi yako kwa mikono miwili. Akakusanya riziki zako zote alizokuandikia katika kuishi kwako hapa duniani. Ulitakiwa uishi miaka arobaini tokea siku ile tuonane hapa. Kutokana na malalamiko yako, Mungu akakukusanyia riziki zako zote za miaka arubaini akazikusanya ziwe za miaka mitano, na miaka mitano hiyo inaishia leo hii saa saba juu ya alama. Hivi sasa, bado robo saa, hutakiwi uonekane duniani, ukiwa hai, kwa sababu riziki zako hapa duniani zimekwisha. Miaka iliyobakia utakula nini? Kwa taarifa hiyo unatakiwa ushuke sasa hivi kutoka kwenye farasi wako, usije ukaanguka." Yule bwana alimtanabahisha mchukuzi".

'Nisamehe Bwana mkubwa, univumilie nifike nyumbani, nikaage familia yangu,' Mganga Mchukuzi alimsihi yule mtu.

'Haiwezekani katu, maana muda wako wa kuishi umekwisha. Hii ni amri kutoka kwa Mungu uliyemuomba na akatunuku ombi lako, si amri yangu na wala sina karama au shani hiyo. Shuka sasa hivi, la sivyo utadondoka. Bado dakika tatu, na ushei tu.'

Wasikilizaji walivutiwa sana na hadithi hizo na kumsihi Njozi awasimulie hadithi nyingine. Hadithi ya tatu ilikuwa ile ya "Kisa cha baadhi ya binadamu kuwa na roho ya wanyama na baadhi ya wanyama kuwa na roho ya binadamu."

"Mungu alipoumba binadamu na wanyama, alianza kwanza kwa kuumba miili katika hali ya udongo, kisha akaumba roho. Aidha aliumba zote roho za binadamu kuwa nzuri. Hakukuwa na roho hata moja ya binadamu iliyokuwa mbaya. Roho za wanyama zilikuwa mbaya. Baada ya kuumba roho, akamkabidhi mmoja wa malaika zile roho, ili aende akazitie kwenye miili ya binadamu na wanyama wakiwa katika hali ya udongo, Katika kutimiza hilo, Mungu akamkabidhi yule malaika makapu mawili ya roho, kapu moja likiwa na roho za binadamu na kapu jingine likiwa na roho za wanyama. Kapu la roho za binadamu alilishika mkono wa kuume na za wanyama mkono wa kushoto. Mkono wa kulia umebarikiwa, wa kushoto na matumizi yake tofauti. Roho hizo zilitakiwa kuwekwa kwenye miili hiyo saa sita juu ya alama. Malaika yule alipokuwa njiani akipeleka hizo roho, akapita kuangalia dunia ilivyo nzuri. Alikuwa akistajabu uzuri wa maua, mimea, miti na mandhari zinavyovutia, muda ukawa unayoyoma bila ya yeye kujua. Akaja kutahamaki imebaki saa moja tu kufika saa sita kamili. Ikabidi aende haraka haraka hadi akajikwaa. Alipojikwaa akaanguka na roho zikamwagika na kuchanganyika; zikawa mchafukoge, shaghalabaghala. Hakuwa na jinsi, ili kuokoa muda, akawa anazizoa zile roho kuzirudisha kwenye makapu. Katika haraka hizo, akawa anachanganya, baadhi ya roho za binadamu akaziweka kwenye kapu la roho za wanyama, na baadhi ya roho za wanyama akaziweka katika kapu la roho za binadamu. Aidha haikuwa rahisi kwa malaika huyu kujua lipi lilikuwa kapu la roho za binadamu na lipi la wanyama kwa sababu yalifanana sana kwa kila hali. Alipowasili kwenye miili ya viumbe, akaziweka hizo roho alivyojua yeye haraka haraka kwani tayari alikwisha chelewa. Katika kuziweka roho zile zilizochanganywa, baadhi ya roho za binadamu zikawekwa kwenye miili ya wanyama na za wanyama zikawekwa kwenye miili ya binadamu. Ndio maana baadhi ya wanyama wana roho za kibinadamu na baadhi ya binadamu, wana roho za kinyama."

Sasa turudi nyuma, ukiachilia mbali vipaji vya watoto wa hayati Mwinyimvua, kama ilivyokwishadokezwa hapo awali, umaarufu wa ukoo wa Mwinyimvua ulitokana na utajiri wake. Alikuwa na viunga kadhaa vya minazi na manokoa, makadamu na wafanyakazi wengine wengi. Minazi ilikuwa haiparami. Aidha alitetwa kuwa alikuwa akifuga majini na kuweka watu msukule; kwa hiyo aliogopewa kwa utajiri na uchawi. Utajiri huo ulirithiwa na baba yake Bwana harusi, hayati Mzee Madafu baada ya kuwadhulumu ndugu zake wanane, Njozi, Karama na dada zake sita. Aliutapanyatapanya utajiri huo kwa kufisadi wake za watu. Mzee Madafu alijaliwa kuzaa watoto tisa wa ndoa na saba nje ya ndoa. Bwana harusi alikuwa mtoto pekee wa kiume na wa kwanza katika ukoo wa Mzee Madafu.

Umaarufu wa ukoo wa Mwinyimvua ulianza kupotea polepole pale urithi wa ukwasi wa ukoo ulipoanza kupungua kutokana na Mzee Madafu kuwa mwingi wa habari. Alitumia utajiri huo aliourithi kutoka kwa marehemu baba yake kwa kuwadhulumu wenzake na kutumia kwa kufisadi wake za watu na kufuja fedha ovyo. Alikuwa fisadi kiwembe hasa, si masihara. Kwa tabia hiyo watu wengi hasa wanaume walikuwa na upasi nae. Pale kijijini wengine walitega usinga wake zao na matego anuwai kwa ajili ya kiumbe huyu aliyekuwa na macho juu. Ilikuwa rahisi kwake kufikisha mzigo au fedha lakini si mwanamke. Alikuwa kama kuku asiyepitwa na mdudu.

Sasa turudi kwenye harusi: Baada ya Bwana harusi kushuka ndani ya gari, aliongozwa moja kwa moja hadi kwenye ukumbi wa harusi tayari kwa kuozeshwa. Msimamizi mkuu wa sherehe aliwaomba watu watulie.

"Haya jamani tusikilizane," Shehe aliyevalia maridadi kanzu ya doria, kofia ya bulibuli na kilemba cha debwani alisimama na kusema huku akifunuafunua kitabu chake. "Bwana harusi jina lake nani?"

"Dogoli," Sauti ilisikika ikisema.

"A-aa," Shehe aling'aka na kusema, "Hilo si jina, tunataka jina la dini; jina la 'uhaji.' Jina hilo la kishenzi na la kikafiri, ebo narabuku!" Shehe alifoka huku kidazi chake kikitoka jasho kama mwoka tanuu la mkaa na wakati huohuo akisogezasogeza mharuma wake wa rangi ya zambarau na kijani kwa nyuma na kuendelea kutanabahi, "Majina kama hayo hayatakiwi kwenye hadhara kama hii. Majina hayo kayatumieni kwenye mizimu yenu na mashetani yasiyohitajika hapa. Hapa panatakiwa majina ya kiungwana, na matakatifu. Semeni jina lake la dini jina alilotiliwa maji; au hakutiwa maji huyu? Semeni kama hakutiwa maji tumtie maji kwanza na ndio tuendelee na ndoa. Hatuwezi katu kumwozesha kafiri hadi atiwe maji. Iwapo hajatiwa maji na kusilimu, atatiwa maji na kusilimishwa na atapewa jina la kiungwana. Iwapo hajatiwa maji ni kafiri na hatuwezi kuozesha kafiri hapa." Shehe alirudia kusema na kusisitiza na huku akikuna paji la uso sehemu ya sijda na kuendelea, "Kwa imani yetu kila mwanaume akisha pata twahara au suna, lazima atiwe maji na apewe jina la dini na akabidhiwe kisu ndipo aruhusiwe kuchinja mnyama kwa ajili ya kuliwa. Kama hajapata suna tumtahiri sasa hivi na ndio tuendelee na mambo mengine.

(Watu wakaguna na kucheka). Mtu akichinja mnyama bila kutiwa suna na kukabidhiwa kisu mnyama huyo atakuwa amekufa kibudu na ni haramu kuliwa." Sherehe alisisitiza

Baadhi ya watu waliokuwepo kwenye hadhara hiyo walisikika wakiteta. "Kila mtu ana imani yake na haina budi kuheshimiwa. Mizimu pia ni imani."

Shehe alisikia akauliza kwa ghadhabu, " Mnasemaje!"

Kimya, watu wamefyata mkia huku wengine wakijificha nyuma ya migongo ya wengine na kuinamisha vichwa vyao chini.

"Si-i-i-i-i-i," Shehe alisonya kwa ufyosi, "Narabuku"

Baada ya maneno hayo marefu na makali ya shehe ikasikika sauti kwa mbali, "Jina lake Sadiki."

"Swadakta!" Shehe alisema kwa furaha na kuuliza, "Sadiki bin nani?"

"Sadiki bin Madafu," Sauti ilisikika toka kwenye mkusanyiko ule.

"A-aa!" Shehe aling'aka tena.

"Yaleyale! Hivi ninyi ni viziwi hamsikii? Mnataka nisemee wapi? Makalioni au puani? Tunataka jina la dini; hamnielewi, wazimu wenu!" Shehe alifoka huku akionekana dhahiri kupandwa na jazba.

"Sadiki bin Yahaya," Sauti ilisikika kutoka miongoni mwa wanandugu waliohudhuria sherehe hiyo.

"Naam hayo ndiyo majina," Shehe alijigamba, kujinasibu na kujifutua huku akiyaonea fahari majina hayo.

"Majina ndiyo hayo. Sijui Tendeze, Chikweo, Dihile, Mavula, hayo si majina. Hayo ni majina ya kishenzi na ya kikafiri. Haya tuendelee. Nataka mashahidi wawili, mmoja wa upande wa Bwana harusi, na mwingine upande wa bibi harusi twendeni ndani kwa Bibi harusi," Shehe alisema. Wote watatu walisimama na kuelekea chumbani alipokuwepo bibi harusi. Walipofika chumbani kwa Bibi harusi, Shehe alianza kuongea na Bibi harusi:

"Kijakazi binti Haruna," aliita Shehe:

"Bee," Bi harusi akaitika.

"Umekubali kuolewa na Sadiki bin Yahaya kwa mahari ya shilingi thenashara na ametoa yote?" Aliuliza Shehe

Kijakazi alisita kidogo na kuuliza, "Sadiki? Dogoli au Sadiki?"

"Ndiyo huyohuyo. Sadiki la dini na Dogoli ni la kishenzi au la kikafiri, halitakiwi hapa," Shehe alifoka tena.

"Ndio nimekubali kuolewa na Sadiki bin Yahaya kama Sadiki ndiye Dogoli," Bi harusi alijibu kwa unyenyekevu.

"Wee, hii ndoa haitaswihi. Usitaje Dogoli; ndoa itakuwa batili ama sivyo nitaacha kuozesha kama mnaleta kejeli na kiburi," Shehe alifoka kwa hasira.

"Samahani," Kijakazi alisema kwa unyenyekevu.

"Haya rudia tena na usitaje Dogoli, narabuku, *sakaraburuher*i!" Shehe alichanganya lugha na matusi yasioeleweka kwa lafudhi ya Kiarabu.

"Ndio nimekubali kuolewa na Sadiki bin Yahaya kwa mahari ya shilingi thenashara na ametoa yote."

Shehe alirudia kumkaririsha Kijakazi maneno hayo mara tatu.

Mara ya tatu vigelegele vililipuka chumbani kwa Bibi harusi. Baada ya zoezi hili kumalizika, Shehe na wale mashahidi wawili walitoka chumbani na kurudi sebuleni kwa ajili ya tendo la kuozesha. Sauti ya Shehe mwozeshaji ilisikika ikiuliza, "Walii yuko wapi? Walii ni baba mzazi wa Bibi harusi, kama hayupo baba mzazi, aje baba mkubwa au mdogo upande wa kiumeni yaani upande wa baba." Shehe alifafanua.

Mzee Haruna ambaye ni baba mzazi wa Kijakazi alisogea karibu na Shehe.

"Kwanza awali ya yote, hii ni ndoa ya ngapi kwa upande bwana harusi?" Shehe aliuliza.

"Ndoa yake ya kwanza," mmoja wa ndugu wa Bwana harusi alijibu.

"Nimeuliza hivyo kwa sababu ndoa zetu ni ndoa za wake wengi. Mwanaume anaruhusiwa kuoa hadi wanawake wanne, hiyo ni suna." Shehe alisema.

"Bwana harusi yuko wapi? Sogeeni hapa mbele yangu Bwana harusi piga magoti mbele ya mkweo," Alielekeza Shehe.

Bwana harusi alifanya kama alivyoamriwa na Shehe, huku akionekana mwenye kuwa na wasiwasi kama mbeba pombe haramu ya gongo aliyekutana na mgambo, na huku akiwa na msongo wa mawazo.

Shehe akaendelea, "Leteni kitezo na ubani hapa," kitezo kikasogezwa mbele ya shehe, watu wote kimya. Shehe akaanza kwa kufukiza ubani na kusema, "Baba wa Bibi arusi mshike mkono Bwana harusi na mtanifuatilia nitavyosema."

Baba wa Bibi harusi akamshika mkono Bwana harusi na mchakato wa kuozesha ukaanza.

Shehe (kwa baba Kijakazi), "Mwite Sadiki bin Yahaya."

Baba Kijakazi (kwa Dogoli), "Sadiki bin Yahaya."

"Rabeka," Dogoli aliitika.

Shehe (kwa baba Kijakazi), "Sema maneno haya: Sadiki bin Yahaya, umekubali kumwoa binti yangu Kijakazi binti Haruna kwa mahari ya Shilingi thenashara na umetoa zote?"

Baba Kijakazi (kwa Dogoli), "Sadiki bin Yahaya umekubali kumwoa binti yangu Kijakazi binti Haruna kwa mahari ya Shilingi thenashara na umetoa zote?"

Dogoli, (kwa sauti ikitoka ya kutetemeka), "Ndio nimekubali kumwoa binti yako Kijakazi binti Haruni kwa mahari ya shi..shi..shilingi a-aa thenashara na..na…na nimetoa zote."

Shehe kwa baba Kijakazi, "Sema nimekuozesha."

Baba Kijakazi kwa Yahaya (Dogoli), "Nimekuozesha."

Maneno hayo yalitamkwa mara tatu.

Baada tu ya Baba Kijakazi kutamka "Nimekuozesha." kwa mara ya tatu shangwe vifijo na nderemo kutoka ndani kwa Bibi harusi vilisikika.

"Akibaru keba ee keba." na nyimbo za harusi sawiya.

Manyama leo manyama, manyama,
Manyama leo, manyama, manyama,
Kwa babiye harusi tule nyama ee manyama,
Kwa mamiye harusi tule nyama leo manyama.

Baada ya hapo, Shehe akachukuwa kitabu kusoma dua za kuozesha.

Baada ya kuozeshwa, Shehe alitoa mawaidha, kwa wanandoa na watu wote waliojumuika.

"Ndugu zangu mliojumuika hapa tusikilizane. Binadamu ana sherehe kubwa tatu hapa duniani, mosi ni sherehe ya kuzaliwa, pili sherehe ya kuoa au kuolewa na tatu ni sherehe ya kufa. Hii ni sherehe ya pili ya Bwana Sadiki na sote tunampongeza Bwana Sadiki kwa uamuzi wa kuoa. Mtoto akifika umri wa baleghe akiwa mvulana lazima aoe na msichana akivunja ungo hana budi kuolewa. Lakini Bwana Sadiki unapooa, una kazi kubwa tatu: Mosi, kumpatia unyumba mkeo, usimuhini, pili umtunze kwa maana chakula na mavazi na tatu, umheshimu na kumthamini. Usipomtimizia hayo nyumba itatingishika. Lakini yote tisa kumi na kubwa ni unyumba. Mwanamke haendi sokoni wala hapaswi kushughulishwa; kazi yake kubwa ni kukupa unyumba. Unapotoka kazini au kwenye shughuli zako, utamkuta mkeo amekwishaoga na ameshakutayarishia chakula. Kwa hiyo una hiari uanze kula chakula cha mezani au cha kitandani (kicheko). Kumbuka usipompa unyumba na kumtosheleza hata kama utamlisha vyakula vya anasa kiasi gani au mapochopocho haitasaidia. Kifungo cha mke ndani ya nyumba ni unyumba vinginevyo nyumba itayumba. Na mwanamke vilevile kazi yake kubwa ni kuhakikisha anakupa unyumba. Jambo jingine ni heshima na utu ndani ya nyumba. Mwanamke si mtumwa wala punda wa kupigwapigwa ovyo. Mwanamke hapigwi kwa ngumi wala kofi bali hupigwa kwa upande wa kanga. Jambo jingine ni talaka. Talaka ni jambo asilolitaka Mwenyezi Mungu ingawa amelihalalisha.Talaka itolewe pale tu suluhisho jingine limeshindikana. Talaka ni suluhisho la mwisho. Kuna talaka za aina tatu: talaka moja, talaka mbili na talaka tatu. Talaka moja na mbili hujulikana kama talaka rejea, yaani talaka ambayo mke anaweza akarejewa wakati wowote. Inawezekana mke aliachwa kwa hasira. Talaka tatu ni talaka kubwa nayo ni ya mwisho. Ukimpa mke talaka tatu huwezi kumrudi hadi aolewe na aachike ndipo umuoe tena kwa taratibu zote. Aidha, talaka zote hizo lazima ziwe na mashahidi. Talaka isiyo na shahidi haiswihi ni batili."

Baada ya Shehe kutanabahi maneno hayo, Bwana harusi na wapambe wake walitoka nje tayari kwa tendo lililofuata la kula kombe la harusi. Dogoli na marafiki zake takribani kama saba hivi walikwenda sehemu ya kula kombe. Wasichana warembo na wacheshi wapatao kama sita hivi walishika kanga na kuitandaza juu ya vichwa vya Bwana harusi na marafiki zake. Kombe ambalo ni wali kwa mchuzi wa nyama ya mbuzi ulioungwa vizuri, lililetwa tayari kwa kuliwa. Wakati bwana harusi na marafiki zake wakila hilo kombe, wimbo mzuri wa mahaba uliimbwa na wasichana hao, huku wakishikilia kanga iliyotandazwa juu ya vichwa vya Bwana harusi na marafiki zake kama vile wanakingwa jua.

Popo poo po alewalewa
Popo poo po alewalewa

Na mwenzie poo po ala maembe pekee
Kazi yake kutumwagia kokwa ala maembe pekee.

Na wakati huohuo marafiki wa Bwana harusi walikuwa wanatunza fedha kwa kuzirusha juu ya kanga hiyo.

Wakati ukawadia wa bwana harusi kupelekwa kwa Bibi harusi tayari kwa tendo la ndoa. Ingawa ilikuwa siku ya harusi ambayo ni ya furaha, lakini Bwana harusi, alionekana kuwa na msongo wa mawazo usio kifani hasa wakati alipokuwa akisindikizwa kuelekea nyumbani kwa Bibi harusi, tayari kukabiliana naye ana kwa ana. Wakati huo huo, Bibi harusi akiwa chumbani ameshatayarishwa na somo wake kwa ajili ya kuingiliwa na Bwana harusi mbele ya somo wake. Katika matayarisho hayo, Bibi harusi ambaye alipendeza sana, baada ya kusingwa na msandarusi na akasingika si masihara, alimeremeta vilivyo.

Akiwa katika hali hiyo, alilazwa chali akiwa mtupu, kama alivyozaliwa. Chini ya mapaja yake, ashakumu karibu na makalio yake, usawa wa uke wake, kimetandikwa kisarawanda vyote vikimsubiri Bwana harusi kwa hamu na shauku kubwa isiyomithilika.

Jambo lolote linalotia hofu, wasiwasi, shaka kwa mhusika, siku za jambo hilo huonekana kwenda mbio sana kwa mhusika kama kupepesa kope, kuliko zile zisizo na kasoro hizo. Miaka miwili na ushei ya uchumba kati ya Dogoli na Kijakazi uliokuwa ukisuasua, huku ukichochewa na wazazi wa kikeni wa Dogoli hasa Mama Dogoli na wifi yake Kiombeo iliyoyoma mithili ya mshale wa sekunde katika uso wa saa. Miaka ilizaa miezi, miezi ikazaa wiki, wiki zikazaa siku, siku zikazaa saa, saa zikazaa dakika, na dakika zikazaa sekunde, hadi siku ya siku ikafika.

Naam Bwana harusi, akakaribia mlangoni mwa nyumba aliyokuwemo Bibi harusi. Kutokana na Bwana harusi kuwa mrefu kama ngongoti, alipokaribia kizingiti cha mlango wa Bibi harusi uliovugazwa ilibidi ainamishe kichwa kidogo ili asijigonge na kizingiti, huku moyo ukienda kasi kama mwana riadha akimbiaye mbio za mita mia moja. Na wakati huohuo, mwili kumzizima, kijasho chembamba kikimtoka kwa mbali na miguu kutetemeka, kwa hofu, wasiwasi na woga mithili ya mtu aliyekutana na simba nyikani na huku akiwa anajitahidi kuvuta hisia za mapenzi zilizopotea. Ingawa alilishwa dawa ya kuongeza ashiki kwa kuongeza nguvu za kiume, hisia za mapenzi kamwe hazikuonekana kumjia. Ghafla alidondoka pale kizingitini. Ikawa hekaheka mshikemshike na msobemsobe. Bibi harusi na somo wake walitulia tuli chumbani kama maji mtungini au mnyolewa kwa kinyozi, wakimsubiri Bwana harusi aje amuingilie Bibi harusi mbele ya somo wake.

Wakati hayo yakiendelea, kwenye nyumba ya Bibi harusi, mashabiki wa kike, wa kiume na wageni kadhaa kadhaa waliokuwa na hadhi na wasiokuwa na hadhi, walioalikwa na wasioalikwa, wote macho na masikio yao yalikuwa kwenye nyumba ya bibi harusi na somo wake wakisubiri kwa hamu jibu la harusi, iwapo harusi itajibu au la. Wote walikuwa wakijiandaa kwa matukio matatu: mosi, harusi kujibu kwa maana Bibi harusi kakutwa na bikira, na Bwana harusi akafanikiwa kumwingilia na kuvunja bikira, Pili Bibi harusi kutokukutwa na bikira, na tatu Bibi harusi kukutwa na bikira, na Bwana harusi kushindwa kumuingilia Bibi harusi, ama kwa kitete ama kutokana na 'jogoo' la bwana harusi kushindwa kuwika na hivyo 'jongoo' kushindwa kupanda mtungi.

Mashabiki wa kike walikuwa wakijiandaa kwa nyimbo tatu maarufu, maana lolote laweza kutokea: wimbo wa ushujaa ambapo bibi harusi kakutwa na bikira na, bwana harusi kaweza kumuingilia bibi harusi kwa mafanikio makubwa, wimbo wa dharau ambapo, bibi harusi hakukutwa na bikira, na ule wa kejeli ambapo bwana harusi kushindwa kumuingilia bibi harusi. Macho na masikio ya watu wote pale vilielekezwa kwenye nyumba aliyokuwemo bibi harusi, huku wakisubiri kwa hamu na shauku kubwa kwa matukio hayo matatu. Somo atatoka na lipi, kati ya hayo matatu. Hata hivyo, wengi walijipa matumaini ya kuwa bibi harusi atakutwa na bikira kutokana na malezi aliyopata. Kijakazi hakuwa mtoto mwenye macho juu. Alikuwa mtoto aliyetoka kwenye mifupa ya watu. Aliweka na kutunza miko yote ya kabila lake na ukoo wake. Alichezwa mkinda na kualikwa mwali. Hakuwa kiroja kwenye jamii. Alifundwa na akafundika, alizingatia na kutimiza yote ya mkoleni na msemo kuwa nyumba ni kungu makuti ya kuungaunga. Alikaa ndani miaka miwili na ushei; akifanya kazi zote za mwali, kufunda, kutwanga kupika na kazi nyingine kadhaa wa kadha za nyumbani na za majirani.

Kwa ghafla somo alitoka nje ya nyumba ya Bibi harusi, huku akiwa na kisarawanda kilichokunjwa juu ya kisahani cha chai. Kisarawanda kilikuwa kikisubiriwa kukunjuliwa ili kionekane iwapo kina damu kuashiria kuwa mwali alikutwa na bikira na Bwana harusi kafanikiwa kuvunja bikira au hakikuwa na hata tone la damu kuashiria ama bibi harusi hakukutwa na bikira au kakutwa na bikira ila bwana harusi kashindwa kumbikiri. Siri ya yote hayo ilikuwa na somo. Kutokana na haiba ya Bwana harusi ilivyokuwa yenye mvuto mkubwa mbele ya ile halaiki ya watu na mwili wake uliojengeka kwa misuli ya kiume hasa, hakuna hata mmoja aliyedhania kuwa jogoo la Bwana harusi laweza kushindwa kupanda mtungi. Mbele ya macho ya watu alionekana kuwa ni rijali shadidi kwa upande mmoja na kwa upande mwingine haikuingia akilini ya kuwa Kijakazi hakukutwa na bikira kutokana na malezi aliyoyapata. Hakika kilikuwa kitendawili kigumu kuteguliwa, kwani Bibi harusi na Bwana harusi wote walikuwa na sifa zilizolingana, zisizo kasoro na za kuigwa.

Pamoja na kitendawili hicho, mashabiki wa kike, hasa upande wa Bwana harusi walikuwa wakijitayarisha kwa wimbo wa kumkejeli Bibi harusi kwa kutokuwa na bikira. Na wakati huo huo upande wa Bibi harusi walikuwa wakijianda kwa wimbo wa kumsifu Bibi harusi kwa kukutwa na bikira.

Lakini kabla ya kitendawili hicho kuteguliwa, wakati umayamaya uliokuwa ukisubiri somo akunjue kisarawanda na kutamka ni lipi kati ya hayo matatu, kukazuka zogo kubwa lile la kumuamsha chatu aliyeshiba usingizini. Kidawa na Mama Havijawa wakaanza kutukanana matusi ya nguoni yasiyotamkika.

"Hiloo, mwanaharamu we! Mwanamke gani, hata kuchamba huwezi. Mshenzi wee." Maneno haya machafu yasiyokuwa na adabu wala ashakumu yalitoka kinywani mwa Kidawa mwanamke mfupi, mweusi lakini mshari kama nini. Kijiji kizima kinamjua, hasa katika kunyang'anya mabwana na wanaume wa wenzie na ugomvi.

"Mshenzi mwenyewe; Kidinga popo, kisalata mtaa, na Malaya usiye na haya we!" Mama Havijawa alimrudishia Kidawa na kuendelea, "Mwanamke uliyekosa aibu kama kauzu. Mwangalie uso wa kumkauka kama chapati isiyokolea mafuta, mweusi kama mkaa. Unikome mtoto wa mwenzio kama ulivyokoma ziwa la mama yako. Msungo mkubwa we." Mama Havijawa alitukana.

"Msungo mwenyewe. We mgonjwa nini? Hayawani mkubwa we." Kidawa akajibu mapigo na kuendelea, "Muangalie mrefu kama ngongoti. Hilo limetahayari, limebwaga yai kwa Mwanabakari, Lo! Ptu! Fala mkubwa wee! Chokochoko kamchokoe pweza babu wee, binadamu hutamuweza. Hebu muangalie, kwanza, macho kama mbuzi wa kafara; mnuka kikwapa 'wa hedi.' Unaniita mimi msungo!" Kidawa alifoka, huku pua ikichezacheza kwa hasira na kijasho chembamba cha hasira na kiburi kikimchuruzika juu ya pua.

"Ndiyo hujachezwa," Mama Havijawa akajibu, na kuendelea kumpa masaguo. "Mwangalie uso kama kinyago cha mpapure, matako membamba kama umepigwa na mwiko wa pilau. Mwanamke gani katika wanawake, si basi tu wanaume nao hawachagui. Katika wanawake utajihesabu nawe ni mwanamke. Miguu kama chelewa. Hivi wakiambiwa wanawake tokeni na wewe utatoka! Mwangaliye kwanza uso kama bundi aliyetoroka nyumba ya makumbusho," Mama Havijawa aliendelea kumnanga Kidawa.

"Ishia hapo, funga bakuli lako," Kidawa alimkatiza Mama Havijawa na kuendelea:

"Kama mwanamke kweli sogea hapa uone cha mtema kuni, kama si kukutoa jefura yako. Vuka mstari huu, kama mwanamke kweli," Kidawa alisema na huku akipiga mstari na kuendelea kutukana. 'Mwanaharasha' we; fyoko fyoko, nyoo, mtazame, macho kama dudumizi, au mjusi aliyebanwa na mlango. He hee, hee halo halo, unalo hilo, limekuganda," Kidawa alizidi kuchonga mdomo.

"Sema tu mdomo mali yako," Mama Havijawa alijibu. Kidawa akapoka ukili, "Sogea hapa uone, vuka mstari kama mwanamke kweli, kama sikukutoa ngebe zako. Ulikuwa unachezea jangwa bahari hujaiona, kelbu we!" Kidawa alitamka hayo huku akikifunga vizuri kibwebwe chake cha kanga kiunoni, kanga iliyoandikwa *acha kujishaua wote tunamjua*,' huku akipandisha kanga aliyoifunga shingoni, 'kikokoro' iliyoandikwa *wako akiwa kwako, akiwa nje si wako*, na kilemba cha kunguru, alichokivaa kiusongo, mithili ya mwanaharakati wa kisasa.

"Nitakufumua, ujute kuzaliwa," Kidawa alijinasibu.

"Mawe! Thubutu. Jaribu uone, kama mwanamke kweli!" Mama Havijawa alijibu na kuendelea, "Ya nini kuandikia mate na wino upo?"

Ghafla shabiki mmoja akajitokeza akaweka mchanga nyuma ya kiganja cha mkono wa kulia akazidi kuwachochea, "Haya mwanamke kweli apute mchanga huu."

"Njoo uone, kama sikukutoa jefule yako, mbwa kasoro mkia we, uliyekosa radhi toka tumboni kwa mama yako. Mshenzi taipu. Utanitambua leo mwana haramu we," Kidawa aliendelea kutukana.

Baadhi ya watu wakawasihi waache ugomvi na wengine wakasema , "Acheni wapigane ndio wataheshimiana."

Pamoja na yote hayo ibilisi aliwasimamia kwani hawakusikia la mwadhini wala la mteka maji msikitini. Wakaendelea kuchambana. "Unaringia nini wewe kelbu; ni hiyo miguu yako kibate bate kama 'migulu baja! Kidawa aliendelea kutoa masaguo, na ufyosi.

"Wako akiwa kwako akiwa nje si wako, lo lione halina haya. Mume wako mwenyewe ndiye aliyenifuata. Uliwahi kuniona kwako. Basi kukuhakikishia kuwa Kapela si wako peke yako, anakovu chini ya korodani, bisha!" Kidawa alizidi kutamba.

Lo! Masalale, Mama Havijawa aliposikia hivyo, alihisi hasira toka unyayoni hadi utosini. Alimrukia Kidawa mithili ya mkizi na kumvaa, huku akihema kama nyati aliyejeruhiwa. Pakazuka zogo hilo mshike mshike huo. Ilikuwa patashika na nguo kuchanika. Mama Havijawa akamkaba kabali Kidawa mithili ya supana iliyokaza nati ama kiraka cha sufuria kilichopigwa ribiti. Kidawa akashindwa kufurukuta jicho likamtoka pima, na povu kumtoka mdomoni huku akiona vimwetamweta machoni. Radhi nje nje; kanga zimemporomoka hadi nguo za ndani, 'chachandu' nje nje, hadi siri ikafichuka. Lahaula! chupi ya Kidawa ilikuwa ya mshipi kitambaa cha kaki kisamvu yenye kiraka cha bafta. Baadhi ya mashangingi walisikika wakishabikia na wakimzomea. "Huyoo kavaa ngozi ya ngekewa; mpe vidonge vyake huyo; alikuwa anachezea jangwa leo kakutana na bahari," Wengine wakisikika wakisema, "Mkosi gani huu! Mnaichuria harusi ya mwezenu. Wanga wakubwa nyie!"

Wengine wakadai kuwa uwanja haukuzindikwa, kwa maana kufanyiwa mazingara ya kiuchawi. Maana katika mila na desturi za watu hawa ngoma au shughuli yoyote huzindikwa, yaani uwanja wa kufanyia shughuli hiyo huzindikwa kwa minajiri ya kuepusha shughuli ama sherehe yoyote na maovu yoyote, hasa kutokana na watu wabaya ambao huroga shughuli za wenzao. Wengine walisikika wakisema. "Wanawake bwana hawapendani; ndio maana wanaume wanawakejeli na kuwaambia ya kuwa mwalimu wao kipofu." Alimradi kila mtu alikuwa akisema lake. Unajua tena penye wengi kuna mengi. Inaelekea Kidawa na Mama Havijawa walikuwa na upasi au usongo wa siku nyingi wakaona hapa ndipo ukili uende na macho, na ni pakutolea vinyongo vyao.

Kutokana na zogo hilo, ilimbidi somo asitishe ukunjuaji wa kisarawanda na kutangaza matokeo hadi ghasia zitulie.

SURA YA TATU

Taarifa za Harusi na Mazungumzo ya Mashoga

Ilikuwa siku ya Jumapili alfajiri na mapema jua likipasua wingu na mvua za rasharasha zikinyesha katika kijiji cha Mzambarauni na vitongoji vyake, watoto walisikika na kuonekana wakimsulubi mtoto mwenzao Katuli, kwa wimbo maarufu wa kikojozi.

Kindumbwe ndumbwe chalila!
Kindumbwe ndumbwe chalila!
Kikojozi kakojoa na nguo kaitia moto!
Na ndani kuna viroboto woo!
Kindumbwe ndumbwe chalila!
Mkojo mbaya chalila!

Mtoto Katuli mwenye umri wa miaka kumi alionekana akiwa katika madhira makubwa, huku akilia na kujaribu kuyatoa makorokoro na vikoroshombo alivyovishwa na watoto wenzake mwili mzima. Makorokoro hayo ni pamoja na makopo, majumba ya konokono, magamba ya jongoo, matambara, pamoja na takataka za kila aina. Mvao wa mtoto huyo ulitia kinyaa machoni mwa watu. Alionekana akisindikizwa na watoto wenzake mtoni, wakimsukuma na kumpiga konzi pamoja na kumsukasuka na kumzomea, wengine walidiriki hata 'kumpiga mtama.' Hali aliyoonekana nayo Katuli yataka moyo. Mtu mwenye moyo mwepesi hawezi kumuangalia mara mbili. Wanasema eti hiyo ni dawa ya mtoto kikojozi.

Wakati wote huo Mama Katuli alikuwa amesimama uwanjani na ufagio wa njukuti kafura usoni mithili ya chatu aliyemeza mbwa. Uso umejikunja kama limau kwa 'ndita,' huku akisonya na kufyonza; akiwa amevalia kibwebwe kiunoni juu ya kanga iliyoandikwa: *Mama nipe radhi kuishi na watu kazi.*" Kanga iliyofungwa kibwebwe imeandikwa, *"si mzizi si hirizi bali moyo umeridhi."* Wakati huohuo akiwashawishi watoto waendelee kumsulubi Katuli na kuwamuru, wamzomee. "Mzomeeni" Mama Katuli akawaamuru watoto, "Huyoooo."

Watoto waliendelea kumzomea na kumzongazonga Katuli huku wakimtia 'masingi,' wengine wakimwagia maji machafu. Akawa hatamaniki kachafuka jaa limesingiziwa. Na wakati huohuo wengine wakimvuta masikio na 'kumnyongotoa' mithili ya dereva anayewasha gari yenye stata mbovu kwa kunyonga funguo hadi masikio yakawa moto kama yameunguzwa na pasi ya moto.

"Mtoto hasikii asilani, mwanakumanyoko. Kikojozi yeye, kudusa yeye, ufedhuli ujeuri yeye na kila ubaya na ufirauni anao yeye. Mwangalie kichwa kama shangazi yake. Ukiendelea kukojoa nitakufunga kamba mdudu wako au kuukata!" Mama Katuli alisikika akifoka kwa hasira huku povu likimtoka mdomoni kama pombe ya mtama.

"A a a – a!" Sauti ilisikika kutoka banda la uani la mgongo wa tembo lililoezekwa kwa makupa, na kuta za kumba "Mwiko huo. Asante sana mama utatufunga mdudu wetu au kuukata." Nyanya yake Katuli alitamka hayo huku akijikongoja toka jikoni alikokuwa akiota moto, huku amejifunika blanketi zito, kutokana na baridi ya alfajiri katika msimu wa kipupwe.

Bibi Katuli akaendelea kulalama. "Utafunga kiko cha mjukuu wangu kisha mimi nitavuta wapi tumbaku. Natoka sasa hivi kuwapa habari shangazi zake, kuwa umetutukana. Leo ni lazima uliwe kuda."

"Sawa njooni mnile kuda, nimechoka mimi, na matendo ya mjukuu wako huyu. Mtoto kama wa kuombwa mzimuni! Bora kukosa mtoto kuliko kuwa na kigego kama hiki." "Mwiko mwiko mwanangu, temea mate chini, piga astakafirulahi. Wenzako wanatafuta watoto kwa udi na uvumba, hawana hata mtoto wa dawa, wanalala makaburini na kuomba mizimu na kwa masharifu usiku na mchana. Tikiti baya liko shambani mwako mwanangu. Heri ya nusu shari, kuliko shari kamili," Nyanya yake Katuli alimtanabahisha Mama Katuli.

Wakati hayo yakiendelea, hodi ilisikika kwa nje. "Hodi, hodi, hodi, wenyewe," Mgeni alibisha hodi mlangoni kwa Mama Katuli.

Mlango wenyewe wa kumba ulivugazwa, na hivyo mgeni, kwa mbali kupitia nafasi iliyokuwepo kati ya fremu ya mlango karibu tumbua aliweza kumuona Mama Katuli uani kasimama amefunga kibwebwe huku maneno yakimtoka kama cherehani, na kijasho cha pua kikimtoka.

Mama Katuli anasema peke yake kama kichaa aliyetoroka wodini, "Yarabi mtoto gani kisirani, kama kaombwa mzimuni."

"Karibu," sauti ya hasira ilitoka uani.

Ilikuwa sauti ya Mama Katuli, ikifoka na kumlaani mtoto wake Katuli."Mtoto gani yarabi. Si mtoto si wazimu bali ni balaa na mauzauza.

Mtoto hasikii la jini wala la shetani, si la mwadhini wala mteka maji msikitini, kikojozi yeye, mdokozi yeye, mdusaji yeye, kila aina ya ufirauni amelaaniwa nao mtoto huyu. Nimeamini yasemwayo 'uzazi kondo na ugumba kondo'. Nisingemzaa labda ningekufa kwa chango. "Karibu," Mama Katuli alimkaribisha mgeni aliyebisha hodi. "Yoyoo Mama Mashavu huyo, karibu shoga," Mama Katuli alimkaribisha Mama Mashavu huku akimsogezea kiti cha uvivu kilicho kuwa upenuni.

"Starehe!" Mama Mashavu aliitikia na kuvuta kiti na kuketi.

"Shikamoo dada!" Mama Mashavu alimuamkia Mama Katuli, ambaye ndiye aliyeanza kuliona jua.

"Marahaba shoga!" Mama Katuli aliitikia.

"Leo nimekuja na mguu mbaya sana. Haya kulikoni mbona umefura hivyo kama nyoka wa kifutu shoga?" Mama Mashavu aliuliza.

"Aa! babu wee si huyo Katuli ananichefua roho. Mtoto mwenyewe hajai hata kiganjani lakini hasikii, amekuwa kama kigego."

"He! ndiyo umpe mtoto madhira kama yale. Ujue unamtia usugu. Usidhani ndio unamfundisha badala yake unamkomaza na kumharibu. Atakuwa nunda huyu hatasikia kabisa," Mama Mashavu alitongoa hayo huku akijisogezasogeza juu ya kiti cha uvivu.

"Potelea pote," Mama Katuli alijibu kwa hasira huku akirusha mikono na kuendelea, "Mimi siwezi kulea mtoto kama yai, eti kwa sababu ni mtoto pekee! Ndio watakuwa wawili? Wewe nawe unakuwa kama Bibi Katuli amenikoromea kisa Katuli." Kabla ya kuendelea Katuli aliingia ghafla na kuanza kurusha mawe na kumpiga mama yake. "Haya unayaona hayo shoga? Maana sharti useme mwenyewe!"

"He! Ama kweli mtoto amekwishaharibika maskini! Kama mambo yenyewe ni hivyo mbona umekula hasara shoga, mtoto shoti kweli. Kwani haendi shule?" Mama Mashavu alimuuliza Mama Katuli.

"Mwenzangu shule haendi. Baba Katuli kakataa mwanae asiende shule atakwenda kula nguruwe. Aidha atafundishwa kula kwa kisu, uma na kijiko ambapo ni haramu na si utamaduni wetu. Amemuingiza chuoni kwa 'Maalim' Abedi lakini hata huko chuoni haendi, kutwa kuzurura majalalani na kwenye miembe, kutega ndege mashambani na kwenye miti ya mizera kwa mitego na ulimbo. Chuo ameishia alifu fataateni."

Mara bibi Katuli akamwita Katuli. "Njoo! mjukuu wangu, njoo! mchumba wangu, waache hao." Bibi Katuli akamchukuwa Katuli na kuondoka nae huku Katuli akisonya.

"Haya achana na ya Katuli bibi wee nipe ya huko," Mama Katuli alimuuliza Mama Mashavu.

"Kwanza awali ya yote naomba niende msalani." Mama Mashavu alimuomba Mama Katuli.

"Msala mkubwa au mdogo?" Mama Katuli alimuuliza mama Mashavu.

"Msala mkubwa," Mama Mashavu alijibu na kuendelea, "Tumbo linanikata na kunikoroga tokea jana usiku."

"Chango hilo!" Mama Katuli alitongoa.

"Hata na mimi nafikiri hivyo, maana jana nilikula ugali wa kivunde na nguru wa kumagiria, asubuhi nikaamkia kiporo cha machaza na maharagwe, nikaongeza na maboga nikalitibua chango. Tumbo linaniunguruma na kuendesha, mithili ya mashine ya korona au jenereta," Mama Mashavu alimwambia Mama Katuli.

"Au shoga umevimbiwa?" Mama Katuli alimuuliza Mama Mashavu.

"Ka! Sijavimbiwa, ama kweli shoga umenichoka, akutukanae hakuchagulii tusi; kwani mimi nimekuwa mkembe nile bila kipimo hadi nivimbiwe?" Mama Mashavu alijibu.

"Kunywa maji ya mpera, wanasema mjarabu kwelikweli kwa chango." Mama Katuli alimshauri Mama Mashavu.

"Shoga nitajiharishia mwenzako, nimebanwa ngoja kwanza niende msalani, tutaongea zaidi nikimaliza kujisaidia, maana nimebanwa, 'haki ya Mzungu shaidi Goa,'" Mama Mashavu alimuomba Mama Katuli kwa mzaha, huku akielekea msalani.

"Ngoja nikuongezee maji kwenye hilo kopo la msalani, kata utaikuta huko huko msalani. Shika na hii kanga ukaiweke mlangoni, maana choo hicho mwenzangu, kama choo cha gulioni, hata wapitia njia hukitumia. Choo kiko nje kwa muda mrefu sasa baada ya ua kubomoka kutokana na pepo za kusi na kumba zote zimeoza. Baba Katuli nae hana nafasi ya kukitengeneza. Yeye akitoka baharini kukagua madema yake pamoja na kwenda kuvua kwa ngarawa na mitumbwi, akirudi hapa anaanika majarife yake kisha anatwaa kilago chake kwenye bao." Mama Katuli akawa anaongea na kunung'unika peke yake wakati Mama Mashavu yupo msalani. "Michezo mingine bwana inachekesha haifurahishi! Anasafiri wakati amekaa kwenye kilago, anatakata wakati hajaoga, ana nyumba wakati anaishi ndani ya banda la mgongo wa tembo, anakula

wakati amefunga, ana mtaji wakati hana hata senti nyekundu ya dawa…"
Mama Katuli alikatishwa na sauti ya Mama Mashavu wakati anaelekea
chooni, "Hamadi, Mtume!"

"Nini tena? Umeokota kitu?" Mama Katuli aliuliza kwa taharuki.

"La ghasha nimejikwaa shoga, kwenye hii chupa." Mama Mashavu
alijibu.

"Umeumia? Pole shoga!"

"Kidogo tu, si sana," Mama Mashavu alijibu.

"Umekuja vibaya. Nyumba hii kubwa," Mama Katuli akawa
anamdhihaki Mama Mashavu. "Nakutania shoga," Mama Katuli
aliendelea kusema peke yake wakati Mama Mashavu akijisaidia lakini
anamsikia. "Hiyo chupa ni Baba Katuli huyo eti kaweka zindiko la chupa
ndani yake mna jini, kuhofia wanga na wachawi. Si unajua mtaa huu
ulivyo, mchana watu usiku paka, hasa mama Kashinde wanamteta sana
kwa hilo. Alishakamatwa uchi wa mnyama akiwanga makaburini na
wimbo maarufu wa wanga, mahepe.

Sepetu sepetu mahepe
Mtoto akilia mlete
Kidole cha mwisho kitamu.

Huku Mama Katuli akiendelea kuongea peke yake, sauti ilisikika
kutoka chooni, "Mama wee!"

"Nini tena?" Mama Katuli aliuliza.

"Mwenzangu, mjusi kafiri kanitambaa." Mama Mashavu alijibu huku
akihema na jicho kumtoka pima huku akitoka chooni.

"Kakung'ata?" Mama Katuli alimuuliza Mama Mashavu.

"Sijui mwenzangu." Mama Mashavu alijibu huku akihema na miguu
ikitetemeka kama aliyetokewa na kizuu.

"Lakini tayari umejisaidia?" Mama Katuli alimuuliza Mama Mashavu.

"Mwenzangu hata hicho choo kilikoendea sijui!" Mama Mashavu
alijibu huku akihema kwa nguvu.

"Nawe shoga umezidi woga. Mjusi hivyo! Je, angekuwa nyoka si
ungejiharishia na kuzirai?" Mama Katuli alimdhihaki Mama Mashavu.

"He! mwenzangu heri ya nyoka kuliko mjusi kafiri. Inasemekana
akikung'ata huyu huponi. Kupona kwake lazima ulale na kaka yako
tumbo moja juu ya paa la nyumba, yaani ufanye tendo la ndoa na kaka
yako toka nitoke juu ya paa la nyumba mchana kweupe kuzimu hakuna

nyota, kadamnasi! Hiyo ndio dawa yake la sivyo mwenzangu kamba tatu," Mama Mashavu alisema huku akitweta na miguu ikitetemeka.

"He makubwa hayo!" Mama Katuli alishangaa na kupigwa butwaa. "Kama hiyo ndio dawa mwenzangu, bora nife kuliko kulala na kaka yangu juu ya paa la nyumba. Mimi siwezi hata kwa mtutu wa bunduki. Licha ya kaka yangu hata kwa mtu baki au mpitanjia au hata iwe ughaibuni siwezi na si thubutu kamwe. Huo uso wangu nitauweka wapi yarabi mie? Ptu! Mungu apishie mbali, aninusuru niyasikie hivyohivyo," Mama Katuli alisema.

Wakati mama Mashavu anatafuta pa kukaa, Mama Katuli akawa anatafuta cheo chake ili aendeleze kushona mkeka wake. Mbele yake kulikuwa na kili za urefu mbalimbali, kuanzia shubiri tatu, hadi pima kumi. Kili hizo zimesukwa mitindo anuwai, njia moja, njia mbili, njia tatu, kazi ya kopa guu la simba, bawa la popo, mkanda wa kea, na uso wa mjane. Baadhi ya kili zilichemshwa na mdaa. Wakati akichakuachakua kili zake akawa anaimba wimbo mmoja baada ya mwingine.

Kitamutamu cha boga kutia nazi kunoga,
Mkono wataka kula maungo yaona woga.

Mara akadakia wimbo mwingine kabla ya ule wa kwanza kuisha na walikuwa wakibadili nyimbo hizo kama wako katika mashindano.

Bibi mpika kisamvu, kitunguu kiko kwangu.
Kisokile zamani alikuwa jirani sasa mke mwenzangu.
Ilala nitahama mie mpango umekaa vibaya.
Ilala nitahama mie,mpango umekaa vibaya.
Wamekuja na wanaume zao,
mpango umekaa vibaya.

"He! shoga huvumi kumbe umo. Ama kweli avumae baharini papa kumbe wengi wapo."

Mama Mashavu alitongoa hayo alipokuwa ameketi juu ya kiti cha uvivu na kuonekana kutulia na woga kupungua huku akitingisha 'guu.'

"Ngoja na mimi nikuimbie wimbo wangu," Mama Mashavu alinena.

Zogolo dyangu wo diiba mwe,
Ooo o odiiba mwe!
Zogolo dyangu wo diiba mwe,
Ooo odiiba mwe!
Lelo mwangu kodila na kisamvu.

Wimbo huo maana yake ni: Jogoo langu wameliiba, leo mwanangu atakula na kisamvu.

Mama Mashavu mtu wa mzaha na mahoka mengi, ghafla akainuka na kuimba huku akicheza kwa kukata kiuno na kusagasaga visigino vya miguu chini kiutu uzima. Alipiga vifijo na vigelegele, na kusema, "Ukae ukae, Boi manda kodi ibwele." Mara akadakia wimbo mwingine huku akinengua.

Wavaa makoti angalieni, ee
Wahuni wa Ilala wauza debe x 2
Oi,oi oi!

"Acha wee!" Mama Katuli alishadidia, "Halahala mti na macho mwali wee, taratibu kibia changu na mkungu wangu wa tano, usije ukavivunja. Naona ibilisi wa ngoma amekusimamia, uko nyumbani kabisa, husikii huelewi, wala huoni 'shurti' nguo zote zinakuporomoka mwanamke. Taratibu usije ukatuachia radhi. Umeshapagawa, umekuwa kama manju na huo uso ulivyokushupaa na mwili kukakama kwa uzee kichekesho tupu." Mama Katuli alimdhihaki shoga yake Mama Mashavu.

"Haya huyo Boi manda nae ni nani?" Mama Katuli akauliza na kusema, "Endelea tu 'kuselebuka' ndugu yangu."

"Boi manda alikuwa kichaa mmoja Dar es Salaam, au Mzizima, enzi hizo ukimtajia kodi unamkosesha raha na kukimbia."

"Haya hao wavaa, Makoti nao?"

"Hapa wanatahadharisha wasichana wenye tamaa. Wasione watu waliovaa makoti na kuonekana watanashati wakidhani ni maofisa kumbe ni wauza debe. Wanauza debe mchana huko Temeke baada ya kuuza debe wanavaa makoti Ilala, na kuonekana maafisa. Katika hali hiyo wanaonekana maofisa, kumbe wauza debe," Mama Mashavu alisema.

"Acha wee! kwani kuna kosa gani kuuza debe? Si unajua umaridadi unaficha umaskini, na isitoshe kuuza maji kwani si kazi! Kazi mbaya si mchezo mwema." Mama Katuli alinena na kushadidia, "Kazi ni kazi bora mkono uende kinywani, hata kama kazi yenyewe ni ya kijungu jiko," Mama Mashavu akaendelea kumsimulia Mama Katuli:

"Enzi hizo za usichana wetu, tukicheza gombesugu, hapa Mama Zuena, pale Mama Bahati na kule Mama Sihaba, marehemu Mzee Jabu lakabu chepe, Mungu amrehemu na amweke pema peponi. Ukimwita

'Chepe' anajibu, "lachimba popote," bila ya kumsahau, Hayati Msumari ukimuita "gea boksi," anaitikia, "mtambo wa chuma, mtoto wa kikopo baba yake chupa! Mwali palikuwa hapatoshi hapo."

"Mambo hayo!" Mama Katuli alisema na kabla ya kuendelea sauti ilisikika kwa nje. "Hudi hudi!"

"Hebu sikiliza!" Mama Mashavu alimshitua Mama Katuli. "Hiyo hodi au udi?" Mama Mashavu alimuuliza mama Katuli.

"Guoguo hao wanalaana ndogo? Wana laana kama nini? Bila shaka guoguo Hanzuruni huyo. Yeye huitamka hodi kama 'udi.' Kama hukusikiliza vizuri utasikia kama mtu anapiga hodi. Akisikia sauti ya mwanaume, "Karibu," ataruka Kimanga, futi arubaini na kusema kwa lafudhi ya Kiarabu. *"Habana mapiga hodi, mimi mauza udi,* na kama akasikia sauti ya mwanamke, "Karibu," swali la kwanza atauliza. *"Baba yumo?"* Ukimwambia yumo, atakuambia *"mwambia baba mauza udi, mashine ya devu bia yupo tambara ya sarawili,"* Ukimwambia baba hayupo, ataanza kukutomasatomasa, na kukutongoza," 'wallahi, *mabendeza mtoto, mimi mabenda wewe, shukua kanga huyu, shukuwa tambara ya gauni shanga. Kama hayuko fedha kopesha, hata shukuwa bure.'"*

"Hee! makubwa hayo yaliyomshinda Kingugwa!" Mama Mashavu alisema.

"Madogo yana nafuu!" Mama Katuli akajibu na kuendelea.

"Ndio maana 'guoguo' wamefilisika wote. Yuko tayari kukupa hata roboti zima la nguo. Wagonjwa kama nini! Wamelaanika kwa uasherati." Mama Katuli alisema.

"Sasa tuitikie hiyo hodi au vipi?" Mama Mashavu aliuliza.

"Achana nae atatusumbua bure bureshi," Mama Katuli alisema.

"Aaa! bwana tumuite shoga. Wewe hutaki vitu vya bure!" Mama Mashavu alimshawishi Mama Katuli. "Hapana, tusimuite atatusumbua msumbufu kama nini. Wewe hujui bure aghali? Kwanza Baba Katuli hamtaki kumwona hapa wala kumsikia. Usije ukaniponza akimkuta hapa yatakuwa mkubwa, nitakowa manza bure," Mama Katuli alimuambia Mama Mashavu.

"Ee, haya! Ninyi ndio mnaotupa riziki kwa mateke. Mungu akupe nini? Kidonda? Halafu mnakwenda kwa waganga kutafuta bahati." Mama Mashavu alimwambia Mama Katuli. "He, babu wee mbona umemshupalia hivyo huyo Guoguo. Nimekuambia simtaki hapa. Unataka Baba Katuli amkute hapa kisha anichambe. Umekuwa kama kuku hupitwi na mdudu! Ukitaka kamngoje huko nyumbani kwako umuite. Hapa kwangu marufuku." Mama Katuli alifoka.

"Mwenzangu yamekuwa hayo, basi yaishe, usifike mbali bure." Mama Mashavu alisema.

"Hee! shoga kanga yako ya Kisutu nzuri, nimeipenda. Inasemaje?" Mama Katuli alimuuliza Mama Mashavu.

"Inasema: *Sema wewe kiazi, nikisema mimi muhogo nina mzizi*."

"Loh! Manshallah. Umeinunua wapi?"

"Nimeinunua dukani kwa Fereji." Alijibu Mama Mashavu.

"Na yako inasemaje shoga?" Mama Mashavu alimuuliza Mama Katuli.

"Soma mwenyewe." Mama Katuli alimjibu Mama Mashavu.

"Hebu nisomee shoga. Mimi macho yangu hayaoni vizuri na kisomo chenyewe cha ngumbaru kimenipiga chenga." "*Usihadaike na rangi utamu wa chai sukari*." Mama Katuli alimsomea shoga yake.

"Acha wee!" Mama Mashavu alichagiza, "Maana chai inaweza kuwa hata ya shira."

"Na hiyo niliyokupa ukaweka kwenye mlango wa choo inasema. *Utamaliza mabucha nyama ni ileile*."

"Sadakta, nyama ni ileile lakini mapishi mbalimbali. Kuna "mchopeko" au chukuchuku, masalo, kukaanga, kuchoma na kadhalika. Kama ilivyo kwenye mchele, mchele mmoja mapishi mbalimbali; pilau, biriani machaza, ubwabwa." Mama Mashavu alishadidia, huku akiketi kwenye kiti.

"He shoga nasikia kuna meli mpya imeingia bandarini, ina kanga nzuri hiyo, mali ya makenzi, zinasema, *si ajabu mlevi kwenda peponi shehe kwenda motoni*."

"Loh! mwenzangu nasikia kanga nzuri," Mama Mashavu alitanabaisha.

"Ni kweli hilo shoga, shehe anaweza akawa na matendo ya ovyo, akawa mzinifu na amejaa tadi na inda na mlevi akawa rahimu." Mama Katuli alisema.

"Mwenzangu kanga hizo lazima nizikate. Hatakunywa mtu maji, hatalala wala kula hadi nizipate," Mama Mashavu alitongoa.

"Hee! ewe mwanamke kama umepagawa hata kama mtu hana hela!" Mama Katuli aliuliza na kushangaa.

"Atajijua, kwa nini ameoa," Mama Mashavu alijibu.

"Na wewe shoga utakuwa na doti ngapi za kanga? Kila meli au toleo la kanga lazima ununue?" Mama Katuli alimuuliza Mama Mashavu kwa mshangao.

"Wala sina nguo nyingi, doti thelathini ndio kanga nyingi? Mwanamke lazima umekosakosa, yaani, kwa uchechefu lazima uwe na doti si chini ya sitini." Mama Mashavu alijibu kwa kujinasibu.

"Sawa shoga," Mama Katuli alijibu na kuendelea. "Mimi wala sishangai. Mwanamke wa Kiswahili hata awe na magauni arubaini kama hana kanga anajihesabu kuwa hana nguo. Mwanamke wa Kiswahili nguo kwake ni kanga na wala si gauni au sketi."

"Haya shoga tuyaache mambo ya kanga nieleze ya Baba Katuli." Mama Mashavu alimwambia Mama Katuli. "Maana nikiwa chooni nilikusikia ukilalamika sana huku ukisema michezo mingine inachekesha haifurahishi. Hivi shoga unaweza kucheka bila ya kufurahi?"

"He, shoga bado unayo hayo ya Baba Katuli. Kwani hujui unaweza ukacheka huku una maudhi? Unaweza ukacheka mdomoni huku moyoni una maudhi kwa matendo yenyewe. Haya basi ngoja nikumalizie ya huyo Baba Katuli. Baba Katuli akiwa na hao wendawazimu wenzake wacheza bao, basi ujue kafika. Humtoi hata kwa jeki au mitulinga. Utakuta kofia yake ya salamaleko au baraghashia kaivaa kichwani na kuidengua upande wa kushoto ikigusa sikio la kushoto na kisha akaisogeza kidogo usoni na kugusa kope la jicho la kushoto, koti limepachikwa au kuegeshwa bega la kushoto. Atatembea kwa mikogo, domo mtindi maziwa, au samli kwa mwenye ng'ombe, na maneno ya kashfa kemkem. Anajivunia mali ya kaka yake bila kujua kuwa cha mtu mavi hata kama ndugu yako toka nitoke au baba yako. Wengine wanacheza bao na akili zao. Wana viunga vya minazi, mashua na majahazi, yeye ni kuendekeza kucheza bao wakati ngarawa, majahazi na mashua anazovulia ni za kukodisha. Vitu chungu mbovu ndani ya nyumba kaweka poni. Kwa hakika dhiki tunazo. Mazungumzo kwenye mchezo wa bao ni ya dhihaka tupu, hayana tija. "Mtobwe we! Umetoka bara umekuja na gogo, gurudumu, chuma, barabara chuma, hata tongotongo machoni hazijakutoka, utamfunga mtu hapa! Ngoja nikuoneshe bao linavyochezwa. Umelala hapo, hesabu kete, natakata sasa, haya kula nyumba hiyo na huo mtaji. Haya mshamba mwenzako huyo anakuja. Oooh! tumefungwa mabao matatu hapa tukamfunga mabao sita kwake. Kila mwaka ndiyo hadithi hiyo hiyo. Fala we, mpira utacheza we? Umetoka madongo poromoka au madongo kuinama. Mpira walicheza akina Mbugusa bwana! Wakati huo Dafu namba mbili, sentahafu, Juma Zito, winga, alikuwa Sodo Matope, patamu hapo. Hayo na mengine ndiyo mazungumzo ya kwenye bao. Sisi huku tunaofanya kazi za ndani, ambazo zinaonekana si mali kitu, hatuna maana, sawa na kazi za ukwe, malipo ni matusi na kejeli.

Akimaliza hapo Baba Katuli anarudi, furaha moyoni wimbo mdomoni. Wimbo wake mahususi anaoupenda sana ni ule ulikuwa unaimbwa na askari KAR vita ya pili ya dunia, ambao haujui sawasawa anauimba kwa kubabiababia.

Kea rikuruti, kazi ya vita!
Walioanzisha Polandi nchi ya wazungu
Mdachi...............
Katuletea shule tupate elimu,
Tutoe ujinga ukapite,
Walimu wote wakubwa wa bara na pwani.

Hapo Kiingereza cha uongo na kweli utakisikia, *yes, yes* mzungu kala fenesi. Atatamka mkusanyiko wa maneno ya Kingereza yasiyoleta maana yoyote. '*Musa has a bad leg, Come again on Wednesday.*' Acha wimbo huo, basi humfaidi Baba Katuli au Mzee Uledi siku amefurahi, atavaa juba na kofia ya pama, na mkononi ashike henzarani vyote hivyo amevirithi kwa hayati baba yake Mzee Feruzi, Mungu amrehemu, ambaye alipigana vita ya pili ya dunia. Atatembea kwa mbwembwe na mikogo mingi, akiiga miondoko ya askari Kea (KAR), kama vile ndiye yeye alikuwa msitari wa mbele. Alikuwa akimsikia marehemu baba yake, Mzee Feruzi akiuimba, yeye alipokuwa balehe. Anauimba juu juu tu pia kwa kubabiababia:

Kapteni mbaya kabisa
Safari ya mwisho tutaonana
Wa kwanza Mrusi pili Beligiji
Tatu Mfaransa naye kakimbia.

Hapo ndipo utamsikia akisema mkusanyiko wa maneno usioeleweka na usiokuwa na maana yoyote ile: *narabuka manyuga nyugabo, Demshiti sakara buruheri.* Basi siku hiyo amefurahi, utasikia ananiita, 'Mamsapu.'

"Wewe ndiye binti chapalika sikukuoa nimekuoa kwa sifa ya kupika. Kuna siku Baba Katuli anavaa msuli hauna chochote ndani na fulana kata mikono (changumi) na viatu vyake vya mitalawanda akiwa juu ya kiti chake cha uvivu barazani na mbele yake, kaweka gramafoni na sahani zake za santuri huku akila uraibu ikiwemo kunywa kahawa kutafuna tambuu na wakati huohuo anatingisha guu. Hapo anakuwa alisha kula ugali wa kivunde na samaki wa mkundaji. Wimbo wake aliokuwa akiupenda sana sana wa santuri ni ule wa Embe Dodo limelala Mchangani.

Koro korora, mama korora korora
Embe dodo embe dodo limelala mchangani,
Kwa huba na mazoea uwe wangu wa milele
Kweli ajali haikingiki acha ilivyo…

Hayati Mzee Feruzi mwenyewe yaani baba yake Baba Katuli ndio usiseme. Alikuwa ana majigambo, mikogo na mbwembwe nyingi. Mazungumzo yake mengi katika magenge ya kahawa yalikuwa ya kuwakoga wenzake. "Ninyi mnajua nini, mimi nimepigana vita ya pili ya Dunia kati ya Ujerumani na Uingereza, nimekwenda hadi Bama, nilikuwa mstari wa mbele." Pamoja na majigambo yote hayo, Feruzi alikuwa mpishi. Inasemekana hata huko Bama hakufika alihadithiwa tu. Yeye kaishia Kenya tu.

Alivyotoka vitani akapata kazi ya 'odeli,' matarishi wa zamani. Kazi yake kubwa ilikuwa kukamata watu wasiolipa kodi ya kichwa na kusambaza barua za kuitwa shaurini za watuhumiwa.

Inasemekana katika kudai kodi ya kichwa, kuna mwaka Feruzi aliwazunguka wananchi. Kodi ya kichwa ilikuwa shilingi mbili, yeye katika kuwazunguka wananchi akawatangazia kisirisiri kuwa kodi imepanda na kwamba mwaka ule kila mtu alitakiwa kulipa shilingi mbili na nusu badala ya shilingi mbili kamili. Wananchi wakashituka na kumhoji Feruzi ile nusu shilingi yaani thumuni inatoka wapi? Feruzi akawajibu. "Imetoka kwa bwana DC. Hii ni kwa amri ya bwana DC,hata mimi nashangaa." Wananchi wakamwambia Feruzi, "Tunataka utupeleke tukamuulize DC kama kweli kodi imepanda kinyemela kwa nusu shilingi." Feruzi akawajibu.

"Hata mie nilikuwa na wazo hilo hilo. Twendeni kesho asubuhi na mimi pia ninataka kujua kwa nini kodi imepandishwa."

Asubuhi yake kundi kubwa la wananchi wakiongozana na Feruzi wakang'oa hema. Walipofika viwanja vya makazi ya DC, bwana DC akiwa ghorofani aliona umati wa watu unakuja kuelekea nyumbani kwake. DC aliogopa sana akauliza kwa ukali "Feruzi kuna nini?"

Kabla DC kumaliza kauli, Feruzi akasema, "Eti, wanaulizia kwa nini watu walipe kodi kwenye nchi yao wenyewe?" Loh! Masalale! DC aliposikia maneno ya Feruzi, akaja juu kama moto wa kifuu nywele na sura vilibadilika rangi kwa hasira akatoa amri kali, "Askari piga viboko hao."

Ilikuwa ni mshikemshike, watu wakacharazwa viboko na kila mmoja akatimkia kwake alikotokea.

Waliporudi nyumbani Feruzi akawaambia, "Nimewaambia kodi imepandishwa ninyi mkanibishia, mnaona sasa faida ya ubishi wenu."

Kutokana na kisa hicho watu wakaendelea kulipa kodi ya shilingi mbili na nusu huku Feruzi akiwasilisha shilingi mbili tu, na kutia mfukoni nusu shilingi kwa kila kichwa. "Du makubwa hayo! Feruzi alikuwa jasiri kiasi hicho! "Mama Mashavu aliguna na kuendelea, "Kumbe wajanja na wezi walikuwepo tokea zamani. Lakini ole wake laiti bwana DC angaling'amua kuwa Feruzi amekuwa akitoza kodi ya ziada na kutia mfukoni angenyongwa hadi afe."

"Mume wangu mimi mwenzio swala tano. Haendi kucheza bao wala mchiriku, mara nyingi hubarizi barazani kwenye kiti chake cha uvivu au kwenye mswala akiwa na tasbihi yake anavuta uradi. Ukoo wa mume wangu Waswalihina tupu. Mume wangu ni mnadi swala, kaka yake mwadhini, hau yake imamu wa msikiti, baba yake mdogo ni ustadhi na watoto wao ni wanazuoni ndio maana mimi unaniona ushungi haunitoki gubigubi kama kizuka," Mama Mashavu alijinadi.

"Mm!" Mama Katuli aliguna na kuendelea, "mcha Mungu si kilemba cheupe. Ushungi unaweza kuwa unafunika mengi. Mambo yako na ushungi tofauti."

"Tuachane na mambo ya Baba Katuli, nipe habari za huko kwenu na hasa za harusini," Mama Katuli alieleza.

"Kwanza shoga kabla ya mambo ya harusi, nikueleze mambo kadhaa yaliyojiri huko kiambono kwetu. Mayasa ameolewa tena baada ya kutalikiwa na mume wake talaka tatu. Kwa hiyo hiki ni Chuo chake cha pili, mtoto wa Mama Zaharani, ameolewa Manispaa au ndoa ya mkeka, baada ya kuibana na mtoto wa Fereji, yule Hamedi kwa muda mrefu. Mwizi siku zake arubaini. Arubaini yake ilifika na akafumaniwa mchana kweupe kuzimu hakuna nyota, akaozwa."

"He ndoa ya mkeka!" Mama Katuli alishangaa.

"Ndio shoga, kwani wewe huijui?" Mama Mashavu aliuliza.

"Naijua ila nashangaa mtoto wa 'aluwatani' Fereji aozwe ndoa ya mkeka, duh! haya sasa makubwa madogo yana nafuu," Mama Katuli alishabikia.

"Kwani ndoa ya mkeka ina matatizo gani?" Mama Mashavu alihoji na kuendelea, "Ndoa ni ndoa, iwe ya kidini, ya kimila, na hata ya mkeka au kama wasemavyo wengine manispaa, zote ni ndoa tu. Ndoa ndoano, wengine wanataka kuingia, wengine wanataka kutoka, na katu wala usiwaone wajinga hao wanaotaka kutoka. Maji usiyoyafika huyajui wingi wake, kitanda usichokilalia huwajui kunguni wake. Siri ya mtungi aijuaye kata na adhabu ya kaburi aijuae maiti kama ilivyo siri ya maiti aijuae muosha, kwani majumba makubwa yanasitiri mambo."

"Hee! Mama Mashavu mbona una msamiati mkubwa hivyo! Sikuelewi," Mama Katuli alitanabahi.

"Wala si msamiati mkubwa basi tu hutaki kuelewa. Hizo ni methali za kawaida," Mama Mashavu, akajibu na kuendelea "Ninachotaka kusema ni kwamba siri ya ndoa ni kati ya mke na mume, mlio nje hamjui. Aidha wakati mwingine ndoa za mkeka zinadumu kuliko ndoa za sherehe fahari na vishindo. Watu huoana kwa mahari kubwa, na gharama chungu tele pamoja na sherehe kubwa na wanaachana kabla ya fungate kumalizika. Wengine hutoa barua tu, wanaishi hadi wajukuu, vitukuu vilembwe, vilembwekeza au vinying'inya." Mama mashavu alinena.

"Haya tena mwenzangu hivyo vilembwekeza au vinying'inya ndio nini tena?" Mama Katuli aliuliza kwa shauku kubwa.

"Kitukuu, ni mtoto wa mjukuu, kilembwe ni mtoto wa kitukuu, kilembwekeza au kinying'inya ni mtoto wa kilembwe." Mama Mashavu alijibu.

"Hivi unaweza kuishi na kuona vilembwekeze? Si utakuwa unaanikwa!" Mama Katuli aliuliza kwa mshangao mkubwa.

"Usishangae wako wanaojaliwa na umri huo; na wenye dongo zuri hawashiki hata mkongojo. Ndoa za fahari wakati mwingine hazidumu. Angalia Bwana Dosa na Kido wanaishi hadi leo, wakati Dosa katoa barua tu, miongo miwili iliyopita. Angalia, Selemani Mwinyihaji amemuoa Ashura Kombo, kwa ndoa ya vishindo na fahari isiyo kifani, na hawakukaa hata fungate, ilihali Abdallah Shomvi na Mariamu wameozwa ndoa ya mkeka wanaishi huu mwaka wa ishirini na tano." Mama Mashavu alisema.

"Haya shoga endelea," Mama Katuli aliendelea kumdodosa Mama Mashavu.

"Mzee Tadaabuni kamrejea mkewe Mwanawaziri, yule aliyempa talaka rejea, alimrejea hata kabla ya eda kumalizika," Mama Mashavu aliarifu.

"Haya tuachane na hayo mwenzangu yote tisa, shoga, kumi ni harusi ya Dogoli, yule Chaudele wa mama Tukae," Mama Mashavu alisema.

"Enhe! lete habari!" Mama Katuli alishadidia huku akikaza ukili kwenye cheo, akimalizia kushona mkeka. "Maana mimi mwenzio sikujaliwa kuhudhuria kwenye harusi."

"Kwanza nianze na hiyo harusi yenyewe ilivyokuwa na shamrashamra zake, na kisarawanda kilivyotolewa. Shoga harusi ilifana hiyo si mchezo. Si umati wa watu huo shoga! Ngoma gani ya Pwani dada haikuchezwa! Baadhi ya watu walifurahi hadi wakapandisha mashetani. Somo alitoka na kisarawanda kilicho kunjwakunjwa juu ya kisahani cha chai tayari kwa kuoneshwa hadharani matokeo ya harusi kama imejibu au la.

Lakini dada kabla ya kitendawili hicho kuteguliwa, kukazuka Varanga hilo la kukata na shoko mwali!" Mama Mashavu alisimulia na kuendelea.

"Shoga vizuri ni hivihivi kusimuliwa. Kidawa na Mama Havijawa acha wavaane. Shoga umekosa uhondo, maana ilikuwa senema ya bure hiyo, kiingilio macho na miguu yako. Ilikuwa hekaheka vitandani na mikeka, au kama wasemavyo wengine patashika na nguo kuchanika. Kidawa alifumuliwa mpaka akashika adabu, na adabu ikamshika. Mbona alimuamkia shikamoo Mama Havijawa, ingawa hampati kiumri. "Dada mama Havijawa shikamoo, nisamehe nimetubu."

"Sema nimekoma," Mama Havijawa alimuamrisha Kidawa huku akiendelea kumfinyangafinyanga mithili ya mfinyanzi anavyofinyanga chungu.

"Nimekoma," Kidawa akasema na huku damu zikimchuruzika mdomoni na puani."

"Hee! Mama Havijawa naye yumo!" Mama Katuli alishangaa.

"Loh! Mwenzangu havumi tu naye yumo. Kama wasemavyo waswahili avumaye baharini papa kumbe wengi wapo. Watu wakimya ni hatari." Mama Mashavu alijibu, na kuendelea.

"Mnyamaa kadumbu," "Naam, mcha Mungu si kilemba cheupe." Mama Katuli alichagiza huku akilegeza kibwebwe chake kiunoni. "Alimuondolea uvivu. Alimdunda hasa na akadundika. Kidawa kidomodomo chote kwisha. Kampiga mweleka na kumbingirisha chini, na kumkita goti kifuani. Ilikuwa si mchezo."

"Utakoma?" Mama Havijawa akamuuliza Kidawa.

"Nimekoma dada sirudii," Kidawa akajibu,

"Rudia kusema tena," Mama Havijawa akamuamuru Kidawa.

"Nimekoma mama sirudii tena," Kidawa akarudia tena.

"Niamkie," Mama Havijawa akamuamuru Kidawa huku akiwa amemuekea goti kifuani.

"Shikamoo mama, shikamoo dada, nimetubu sirudii tena, haki ya Mungu, baba yangu nimfanye mwanaume," Kidawa aliomba msamaha huku akijiapiza, na wakati huohuo damu zikimchuruzika mdomoni na puani," Mama Mashavu alisimulia na kuendelea.

"He, mwenzangu Mungu akamheleleza Mama Havijawa, kakowa manza mwenzangu. Kidawa jicho hilo, limemtoka! Si alizirai. Watu walitaharuki, ikawa mshikemshike huo, tia maji, mgeuze, mpepee, msogeze huku, akabebwa mzobemzobe katika machela, mahututi," Mama Mashavu aliendelea kusimulia.

"Loh! Masalale," Mama Katuli akadakia na kuendelea, "Kidawa naye kazidi nyodo. Namjua mgobo sana, tokea udogo wake, mwanamke kisirani kwelikweli, kisirani chongo haogopi jini wala shetani, mkubwa wala mdogo. Wazazi wake wamemshindwa. Amekosa radhi tokea tumboni mwa mama yake. Namfahamu fika Kidawa alikuwa mshari na kiburi tokea hajavunja ungo. Mimi na mama yake, tulichezea vifuu pamoja tukiwa wadogo, tukisoma shule ya TAPA pale Mwembetogwa kwa mwalimu Chigudi na kwenye Chuo au Madrasa kwa Maalim Shamte. Mama Kidawa au Sauda alikuwa mtaratibu hata kusema hakuwa anaweza maskini ya Mungu. Sijui Kidawa ugoba huu kauchukua wapi? Labda kwa shangazi zake. Hata chuo chenyewe Kidawa hakumaliza hata ile juzuu ama; hakuweza kuaridhi au kudurusi hata sura moja ya juzuu ama. Ameishia alifu fataa tu. Pamoja na Maalim kumchapa mara kwa mara na fimbo hakuweza kunyooka," Mama Katuli alitanabaisha.

"Mwali umenikumbusha shule zetu zile za kikoloni. Mimi nilisoma hadi darasa la nne. Tulikuwa wanafunzi arubaini na tano darasani. Mtihani walipasi wawili tu kujiunga na shule ya kati tukiita boda. Shule ya msingi darasa la kwanza hadi la nne ilikuwa kilomita saba toka kijijini petu. Wilaya nzima shule za boda darasa la tano hadi la nane zilikuwa mbili tu; moja ya misheni, na nyingine ya serikali. Wazazi wengi walichelea kuwapeleka watoto wao shuleni kwa kuhofia eti watalishwa nguruwe. Wengi wetu tukaishia kusoma madrasa, tukakosa elimu dunia.

Nakumbuka tulikuwa tunaimba nyimbo nyingi tu. Nyimbo hizo mpaka sasa nazikumbuka ati, "kama ule wa wimbo wa maua mazuri. Mara Mama Mashavu alieleza kisha akaanza kuimba.

Maua mazuri yapendeza
Katika mwitu mtoto yapendeza
Ukiyatazama, utafurahia
Hakuna hata moja lisilopendeza
Zum zum zum nyuki lia wee
Kwenda mbali kutafuta ua zuri kwa chakula
Zum zum zum, nyuki lia we..."

Wote wawili wakaangua kicheko na kugonganisha mikono yao.

"Yaani nilikuwa nazipenda sana nyimbo hizo maana zilifurahisha na kuelimisha pia," Mama Mashavu alielezea kisha akaendelea na wimbo mwingine.

"Kuna maarifa mengi tunajifunza hapa shuleni,
Jifunzeni mtapata.
Twajifunza Jiografia na Hesabu ee!
Hata elimu ya viumbe utungaji wa sarufi,
Jifunzeni, mtaona tu mambo katika shule hii."

"Duh! Shoga yangu kweli wewe una kumbukumbu nzuri unaimba kama umejifunza hizo nyimbo jana na wala hata huchoki," Mama Katuli alichombeza.

"Hee! Acha utani shoga yangu yaani, nilivyokuwa shule ndio nilikuwa kama kiredio kila sehemu naimba. Tupilia mbali hizo kuna zile nyingine mbili nilizipenda kweli kweli tukianza na ule tuliouimba wakati wa mashindano kati ya shule na shule," Mama Mashavu alijinadi kisha akauimba wimbo huu.

"Wako wapi walio wa kajigamba, sasa twawataka
Tumekwisha wakanyaga mithili ya mitalawanda...

Mara kabla hajaumalizia wimbo ule akabadili wimbo na kuuimba wimbo wa Makari hodari.

"Makari hodari, kaenda safari yoho, yoho yoho ,yoho
Katika safari kashinda hatari yoho, yoho, yoho
Kampiga kimamba katika miamba, yoho, yoho, yoho, yoho
Mama yake kimamba madonda karamba
Nitie kipamba mwanangu yoho...

Nakumbuka shule za wakati ule unapotaka kuandikishwa darasa la kwanza, unanyoosha mkono wa kulia na kuubandika juu ya kichwa na kushika sikio la upande wa kushoto. Ukiweza kushika sikio basi unaandikishwa shule. Pamoja na hayo, watoto wa shule za msingi nyakati hizo walikuwa wakubwa hasa. Wanafunzi wa kike walikuwa wachache sana. Katika darasa la watu arubaini na tano kwa kupunguza uongo, wasichana walikuwa hawazidi kumi. Asubuhi wakati wa msitari wa kukagua usafi, wavulana walikuwa wakikaguliwa ndevu. Hawakutakiwa kuwa na ndevu na baadhi ya wavulana walikuwa tayari wameoa.

Nakumbuka tulikuwa tukisoma vitabu vya hadithi mbalimbali. Hadithi hizi zilikuwa tamu sana, haziishi hamu kuzisoma. Tulisoma juu ya "safari ya Bulicheka na mke wake Lizabeta wakakutana na Wagagagigikoko na huhihuhihui." Tulisoma habari za "Karume Kenge aliyekataa kwenda shule," tulisoma hadithi ya "Bibi Majivu, Mfalme Nyoka, Makari/Omari hodari." "Alfu Lela u Lela au Siku Elfu na Moja, Hekaya za Abunuasi, Machimbo ya mfalme Suleman, Allan Quatermaini na vitabu vingi vinginevyo," Mama Mashavu alikumbushia enzi zake.

"Ngoja nimalizie juu ya Kidawa kwanza," Mama Mashavu aliendelea kusema, "Kidawa alipovunja ungo hakukaa sana ndani, alikaa takribani mwezi mmoja tu akapata ujauzito, ikabidi akae nje, kiroja. Kwa hiyo ni msungo. Shoga matumbo mengine yanatoa maradhi. Mama yake asingemzaa labda angekufa kwa chango. Kidawa hafai koka wala kumagiria. Mwanamke kashupaa kwa kuchukua mabwana na wanaume wa watu. Kwa hilo katia fora kijiji kizima. Hakika ni Jamvi la wageni," Mama Mashavu alinena.

"He, kumbe ni guberi la namna hiyo?" Mama Katuli aliuliza kwa mshangao.

"Ni guberi hasa lililokubuhu, ni mdogo kwa kimo hata kiganjani hajai lakini ana mambo," Mama Mashavu alisema.

"Ptu, Mungu apishiye mbali, shika lako mchango wangu, mtoto *laanakum*, yule. Unajua anatembea na baba yake mdogo Juma Mshamo," Mama Mashavu alisema.

"Usiniambie shoga," Mama Katuli alishangaa na kubaki kushika kinywa.

"Mama yangu kuzimu!" Mama Mashavu alinena huku akijiapiza kwa kuonesha ishara ya kukata au kujichinja shingo kwa kidole cha shahada.

"Astakafilulahi, temea mate chini mwali. Unamchumia dhambi mtoto wa mwenzio, maneno ya watu hayo, maana watu nao kwa kuzalisha hatari." Mama Katuli alimtetea Kidawa.

"Loh! Kalaga baho. Hiyo tisa, kumi, Mwali unakalia nini? Una kifua? Kidawa pia anatembea na baba yake mdogo, Mzee Makanzu, yule fundi wa kutengeneza shokomzoba za magari mumewe Mwanjaa. Mtoto fuska mkubwa yule! Hata kama wanasema ukiwa na ndoo lazima uwe na kidumu au figa moja haliinjiki chungu, ndio baba yako mdogo awe kidumu au figa la pili au la tatu! Si laana na uchuro huo?" Mama mashavu alilaani. "Lakini mwenzangu chondechonde haya tuyaache hapa hapa, usimwambie mtu, maana wengine hawana kaaba ya roho. Mimi yote hayo nimedokezwa na Umi, kitinda mimba wao. Aliwafumania ana kwa ana. Wakamtisha kuwa akisema watamuua. Usije ukayaanika haya. Ukija ukisutwa mimi nitakuruka futi hamsini, Kigoma mwisho wa reli shauri lako. Juzi kushinda jana Umi kasutwa mchana kweupe. Wamemvalia kibwebwe na kumkalia kikao shoga; wakamchamba akachambika; likamshuka shuu, mtoto wa kike. Lakini halahala mwenzangu mti na macho, maana ninyi wengine hamsikii wala kuambiwa neno, utalibeba zimazima bila ya hata kulielewa au kulifanyia udadisi kama nyigu aliyebeba juu juu maelezo ya kutengeneza asali bila ya kuelewa kwa kina, matokeo yake akaishia kutengeneza nyumba tu; mwenzake nyuki aliyetulia na kuwa msikivu akaweza kutengeneza asali. Nyigu kaambulia ukali tu," Mama Mashavu alionya.

"Tuachane na hayo sasa hebu turudi kwenye vituko vya harusini shoga. Ugomvi ule ulifuatiwa na kianga. Ndipo watu wakajikusanya tena kupata taarifa ya harusi kama imejibu au la. Mwenzangu, hicho nacho kikawa kizaazaa kingine. Ewe mwanamke, watu tulijitayarisha na wimbo wa kumsifu mwanaume kuwa rijali shadidi. Walitarajia kungwi aje na wimbo."

Suna ee iona moto, sunae iyona moto.
Suna ee iyona moto, sunaee iyona moto.

Tafsiri ni kwamba kiume au dhakari imekiona cha moto kutokana na ugumu wa bikira. Suna ni dhakari iliyotahiriwa kwa maana Bwana harusi ni rijali na ameweza kumuingilia mwanamke na kuvunja bikira, au wimbo ule.

Mama njoo uone njiwa mwenye maguru mekundu.
Mama njoo uone njiwa mwenye maguru mekundo.

Huu unamaanisha Mama njoo uone njiwa mwenye miguu myekundu kwa maana ya damu.

Na wakati huohuo wazazi wa kike wa pande zote wamekuwa wakijitayarisha kwa wimbo wa majigambo.

Mwanambia kakundu kadogo, huyo mwana si 'vyaa nani'
Mwanambia kakundu kadogo, huyo mwana si vyaa nani...

Huu pia ulimaanisha kuwa, mwanambia uke wangu mdogo huyo mtoto nimemzaa na nini. Hata hivyo kulikuwa na wapambe waliojitarisha kwa wimbo wa kumkejeli Bibi harusi.

Kwa msanga kwerupe!
Kwa msanga kwerupe!

Tafsiri ya wimbo huu ni, Kwa msanga kweupe-Bi harusi hana bikira; kakutwa mweupe.

Shoga nivunje kikombe nisivunje?" Mama Mashavu alimuuliza Mama Katuli.

"Vunja," Mama Katuli alijibu kwa ushabiki.

"Dogoli si riziki, jogoo lake haliwiki yaani halipandi mtungi."

"Hee, yamekuwa hayo?" Mama Katuli alitaharuki.

"Ndio mwaya," Mama Mashavu alijibu.

"Kijana Dogoli si riziki, jogoo haliwiki." Mama Mashavu alirudi tena.

"Usiniambie mwali," Mama Katuli aliacha cheo, akapiga kofi na kushika kiuno na kushusha pumzi sawia.

"Wallah tena nakwambia. Somo alikikunjua kisarawanda kikiwa

cheupe pe! Hata tone la damu halikuonekana na bila ya hata mikunjo.

Hadhira yote ilitaharuki. Aibu nimeiona mimi mwari! Hapo ndipo mashangingi na mashankupe, wanafunzi na waliokubuhu wakaanza kuselebuka na nyimbo za kumkejeli Bwana harusi:

Koko ee diheza, Koko ee diheza
Kinyau nyau kikia cha pweza,
Mwataka mambo msiyo yaweza.

Wimbo huu unamaanisha kuwa boga limefika mwisho wa kukua. Kiume kidogo kama kikia cha pweza. Mnataka mambo msiyoyaweza. Kwa maana mnajifanya mnaweza mambo kumbe hamuwezi."

Mama Mashavu aliendelea. "Yaani ilikuwa ni fujo kwa kwenda mbele, kama haitoshi hawakuishia hapo ukaimbwa wimbo mwingine."

Nilime na nini kijembe ni kidide.

Tafsiri yake inamaanisha kwamba. Nilime na nini kijembe kidogo hakifai kulimia. Mwanaume hawezi tendo la ndoa." Mama mshavu alisema

"Aibu niliiona mimi mwari," Mama Mashavu aliendelea kumhadithia, Mama Katuli.

"Somo alivyokuwa anatueleza inatia simanzi. Alitueleza jinsi Bwana harusi Dogoli alivyokuwa akihangaika hapo chumbani, huku jasho likimiminika kama mchoma mabiwi. Baada ya kuhangaika sana kijana wa watu ilibidi atwete. Baada ya kutweta kisha taratibu akachukua nguo zake na kuzivaa. Dogoli aliyevalia kisua kanzu ya hariri, kilemba cha debweni na kofia ya tarabushi pamoja na mharuma wake alioutupia begani alikalia mfumbati wa kitanda cha samadari; mkono wake wa kuume kashika tendegu na wa kushoto kashika tama, alipigwa na bumbuwazi akili zimemduru, kahemewa mtoto wa kiume. Kichwa kikawa kizito mithili ya mtu aliyetwishwa dunia. Alionekana dhahiri akiwaza kuwa dunia hapakuwa mahala pake pa kuishi tena.

Mharuma wake aliutoa begani na kutupia shingoni aliuona kama mnyororo kwenye shingo ya mnyongwaji na chandarua kilichofungwa kwenye besera kilikuwa kama sanda na chumba kama kaburi. Alitamani ardhi ipasuke aingie na kuonekana kukata tamaa ya maisha. Aliyemlazimisha kuoa alimuona ni Ziraili wa roho yake."

"Maskini, sijui nimemuonaje shoga yangu Tukae au Mama Dogoli!" Mama Katuli alisema kwa masikitiko huku akigeuzageuza cheo chake kilichozingirizwa kili za kila aina; njia moja, njia mbili, njia tatu, njia nne, kadhi, kili zilizochemshwa kwa mdaa, tayari kushona mkeka wa kazi.

"Loh! Usiseme Mama Katuli." Mama Mashavu alisema na kuendelea. "Harusi yote ilimtumbukia nyongo Mama Dogoli. Mama Dogoli na ndugu zake wote walifadhaika sana, hasa shangazi yake Dogoli Kiembeo, *odo* wake Jasimini na nyanya yake mzaa mama yake Chonge. Kama ujuavyo wale watu wa ufahari dada. Ufahari wote ulikwisha. Mama Dogoli kibwebwe hakikuwa kinakaa kiunoni shoga. Tumbo lilimkata mama wa watu mtu mzima, huku akiomboleza na kububujikwa na machozi.

"Ooh! Chaudele wangu, dume langu shababi, baba yangu kuzimu nimekukosea nini? Nimeumbuka mimi jamani; si bure, kuna mkono wa mtu si bure, kuna mkono wa mtu. Mwanangu nimemlea kwa uangalifu mkubwa, nilihakikisha kuwa kitovu hakiangukii juu ya kiume chake ili awe rijali. 'Sikumbemenda' mwanangu nilimwekea na kutunza miiko yote, sikukutana na baba yake na wala mwanaume yeyote, hadi mwanangu alipoanza kutembea, kama mila na miiko ya ukoo wangu inavyotaka. Matambiko yote tulifanya na miiko tukazingatia. Alipopata suna hatukukutana na baba yake kimwili hadi alipopona kabisa."

Mila na desturi za wakazi hawa mtoto akipata tohara wazazi hawaruhusiwi kukutana kimwili hadi mtoto atoke jandoni.

SURA YA NNE

Taarifa ya Msiba na Mazungumzo ya Mashoga

Wakati mazungumzo kati ya Mama Mashavu na Mama Katuli yakiendelea, hodi ilisikika toka nje.

"Hodi! Hodi! waungwana hodi, jamani hodi wenyewe, mmehama?!"

"Shoga hodi hiyo," Mama Mashavu alimshituwa Mama Katuli na kuendelea.

"Kama sikosei sauti ya Chiku hiyo. Mwanamke ana majivuno huyo na kujiona sijampatia mfano. Yote hayo tisa kumi umbea, anaitwa Chakubimbi, chaumbea, kizabizabina, kisalata mtaa na vyovyote utakavyomuita anastahili," Mama Mashavu alisema na kuendelea. "Funika kombe Mwanaharamu apite. Akiyapata haya atayachukua kama yalivyo na huenda akatia na chumvi na kuyasambaza hadi viziwi wayasikie. Hapigiwi tu anacheza sembuse apigiwe si itakuwa balaa hiyo! Haipiti siku bibi huyo bila ya kusutwa; huwa anakaanga mbuyu na kuwaachia wenye meno watafune. Ni hivi juzi tu kushinda jana kawekwa kikao na kusutwa mchana kweupe kuzimu hakuna nyota."

"Alisutwa na akina nani?" Mama Katuli alimuuliza Mama Mashavu.

"Alisutwa na Mwanahamisi yule mtoto wa Seifu Kiguru. *Likamshuka bibie shuu!* Aidha, mwanamke kwa kwenda kona huyo nimemvulia kofia. Loh! Ptu" Mama Mashavu aliendelea kumteta, Chiku.

"Hee! Mwenzangu ya kwenda kona usiseme, wako wengi tu; kwani nawe umechoka? Nyani haoni kundule huona la mwenzie. Tuyaache hayo; ngoja tumpokee mgeni kwanza," Mama Katuli alisema.

"Hoo! hoo! Chiku huyo, karibu dada," Mama Mashavu alimkaribisha Chiku kwa hoi hoi na bashasha kubwa baada ya kumsengenya na kumnanga ilivyo vilivyo.

"Starehe," Chiku aliitikia.

"Karibu kiti mdogo wangu," Mama Katuli alimkaribisha Chiku. "Starehe wakubwa zangu." Chiku aliitikia na huku akivuta kiti na kuamkia. "Shikamooni wakubwa zangu!"

"Marahaba dada," Mama Katuli na Mama Mashavu waliitikia kwa pamoja.

"Shoga una umri mrefu, hufi leo wala kesho hadi mkongojo.

Tulikuwa tunakutaja sasa hivi, hukuwepo malaika wako walikuwepo," Mama Katuli alimuambia Chiku.

"Enhe, mlikuwa mnanitaja kwa mema au mabaya?" Chiku aliuliza kwa masihara.

"Hee! bibi wee kwa wema, kwa ubaya umetufanyia nini?" Mama Katuli alimtoa hofu Chiku na kuendelea, "Mama Mashavu alikuwa akiniuliza Chiku siku hizi mbona haonekani? Na mimi nikamjibu yupo, shughuli tu zimemtinga. Anakatua shamba lake na kutuliza mpunga." Mama Katuli alimwambia Chiku.

"Ni kweli nimebanwa sina nafasi hata ya kutoka maana hiyo katua usiseme shoga. Naamka alfajiri jogoo la kwanza kabla ya mnadi swala. Nafika shambani kabla jua halijapasuwa wingu narudi magharibi.

Nikitoka kukatua shamba, jioni naenda kutuliza mpunga bwawani. Mimi rafiki zangu minyura tu. Nikivuna nitakuleteeni pepeta."

"Hee! Chiku, pamoja na suluba zote hizi, umenenepa!" Mama Katuli alisema. "Mm! Mshike sikio mtoto wa mwenzio asije akakonda bure," Mama Mashavu alimwambia Mama Katuli.

"Haya shika lako bibie usikonde," Mama Katuli alisema na kumshika sikio Chiku.

"Haya za hapa kwenu mtu na shoga yake hamjambo?" Chiku aliuliza.

"Ama kweli ninyi ni chanda na pete ni kama zinduna na ambari; ukiona zinduna ambari iko nyuma," Chiku alishadidia.

"Hapa kwetu ni pema labda upaharibu wewe," Mama Katuli alijibu.

"Na kweli leo napaharibu, hivi tuongeavyo sasa Dogoli hayupo duniani."

"He, he! Alihamdulilahi usiniambie Chiku, Dogoli huyu Bwana harusi!?" Mama Katuli aliuliza kwa mshituko mkubwa.

"Naam, huyo huyo," Chiku alijibu.

"Loh! Masalale! *Lahaula lakwata!* Chamno nini?"

Mama Mashavu aliuliza kwa mshangao wa ule bubu kusema au kipofu kuona.

"Mwenzangu hakuna ajuae, wengine wanasema karogwa. Yule bwana nasikia baada ya zahama iliyomkuta kama ulivyosikia kwamba alipewa muda wa kukaa na mkewe kwa matazamio; kabla ya muda kufika akapata *umauti*," Chiku aliwafahamisha mashoga zake.

"Zahama gani iliyomkuta?" Mama Katuli alimuuliza Chiku huku akimkonyeza Mama Mashavu na kumramba kisogo Chiku.

"He, ninyi mko dunia gani? Harusi haikujibu, jogoo la Dogoli haliwiki au ninyi hamkuja harusini?" Chiku alisema.

"Ka! Hayo mapya mwenzetu, ndio tunayasikia na wewe. Kwa hiyo tuseme amejiua kwa kihoro?" Mama Katuli aliuliza. "Mm! Uongo si kazi, sijui mwaya," Chiku alijibu.

"Haya mbele yake nyuma yetu, kila nafsi itaonja mauti." Mama Katuli alisema.

"Kwa hiyo Kijakazi atakaa eda?" Mama Katuli aliuliza.

"He, si bora kama atawekwa eda, wenyewe wanasema ataekwa kizuka. Eda ni mwezi mmoja na siku kumi lakini hakai ndani; kizuka ni siku hizohizo isipokuwa anakaa ndani kama mwari, shuka gubigubi, ushungi mweupe mwenzangu gubigubi kama mwari, siku arubaini. Siku zote hizo hatakiwi kutoka nje na wala kukutana na mwanaume," Chiku alisema. "Wanawake shoga tunateseka. Wanaume wao eda yao ni siku tatu tu anaruhusiwa kuoa, na hizo siku tatu hawakai ndani," Mama Katuli alitanabahisha.

"Na sisi wanawake tuna eda nyingi jamani. Kuna eda ya talaka, iwe talaka rejea, yaani talaka moja au mbili na hata talaka tatu lazima mwanamke akae eda siku arubaini eti inawezekana alipopewa talaka alikuwa na mimba. Bora ningeumbwa mwanaume niwatumie wanawake kama tambara la deki au kopo la msalani," Mama Mashavu alinena.

"Maskini Kijakazi unyumba wenyewe hakuufaidi tena yuko kifungoni si dhambi na mateso hayo? Mila na desturi nyingine zingeangaliwa upya," Mama Katuli alisema na kulalamika.

"Jamani mazungumzo matamu lakini muda unatutupa mkono, mimi ngoja nikawahi angalau mazishi maana maziko nimeshachelewa, tutaonana baadaye. Au ninyi hamtakwenda mazishini? Maana kuna wa huruma na kuna wa uchungu; kifo cha jamaa harusi. Lakini tusisahau halahala jirani lau kama baniani," Chiku alinena.

"Hee! bibi wewe, maneno yote hayo yanakutokea nini? Nani kakuambia haendi au anakwenda. Wewe ndio umetuambia sasa hivi habari ya tanzia. Na sisi lazima tujiandae," Mama Katuli alisema.

"Hata mimi namshangaa mwanamke huyu. Ulitaka nasi tufuatane na wewe sawia?" Mama Mashavu aliuliza kwa mshangao.

"Hee-hee! makubwa haya yaliyomshinda kingugwa.

Nacheka kama nimefurahi binti Mohamedi, maana yanachekesha ingawa hayanifurahishi. Sisi tuna wanaume zetu si waseja kama wewe, lazima tukaage," Mama Katuli alipoka ukili.

"Jamani, ee yameisha, hamna dogo? Kila jambo kwenu kubwa! Mimi nimeuliza kwani kuuliza ni kosa? He! Haya mimi naondoka; mmekuja hamkuja fauwa. Niagieni Mama Mshamo."

Baada ya Chiku kuondoka, Mama Mashavu akamuuliza Mama Katuli. "Vipi hali ya Mama Mshamo na vijukuu vyetu Mshamo na Mainda?"

Kabla ya Mama Katuli kujibu, alikatwa kauli na Batuli au Mama Mshamo mtoto wa mdogo wake Mama Katuli, aliyejitokeza kwa ghafla toka banda la uani la nyumba ya Mama Katuli akiwa amembeba Mshamo kifuani. "Shikamoo *mkuu*," Batuli au Mama Mshamo alimuamkia Mama Mashavu. "Marahaba mwanangu!" Mama Mashavu aliitikia na kuendelea, "Haya mkuu nipe hali yako na hivyo vijukuu vyangu." Kabla ya Mama Mshamo hajajibu, Mshamo alipiga chafya. *"Cha!"* "Afya, kua kimgomba mnazi unakawia mchumba wangu." Mama Mashavu alimtakia Mshamo afya njema na huku akimtomasatomasa, mtoto huyo ambaye alikuwa amebebwa na Mama Mshamo.

"Hebu nikione hicho kitumbili chenu," Mama Mashavu alimdhihaki Mama Mshamo na wakati huo akiwa anamchezeachezea Mshamo sehemu zake za siri na kusema, "Nipe tabakio yangu nivute ugoro kisha nichumu."

"He! kitumbili huyu! Huyu Mwarabu," Mama Mshamo akamjibu Mama Mashavu na kuendelea, "Angalia pua yake kama Mshihiri au Mzungu."

Mara mtoto Mshamo akaanza kulia. Mama Mshamo akambembeleza kwa nyimbo.

Ooh mtoto, oo mtoto
Kile nini, kile nini oo
Kilicho ng'ambo ya mto oo
Nikikiita hakiitiki oo
Kazi kunipa majuto oo
Oooo mto ooo!

Mara akadakia wimbo mwingine kabla hajaumalizia ule aliokuwa akiuimba.

"Mlingoti fedha, Mombasa iye mama Mombasa
Tenga la dhahabu, Mombasa iye mama Mombasa...

Pamoja na kumbembeleza huko, mtoto Mshamo akazidi kulia.

"Buma hilo sikiliza," Sauti ya mnyama kama Simba ilisikika kutoka mahala pasipo eleweka, '*Buu, Buu,Buu'* Mama Katuli akawa anazungusha kiti cha miguu mitatu juu ya chungu na kutoa sauti kama ya simba kumtisha Mshamo ili asiendelee kulia. Yote hayo hayakusaidia. Mama Mashavu akasaidia kumbembeleza, "Nyamaza mjukuu wangu, mume wangu nani mchokozi? Tema mate tumchape," Mtoto Mshamo akatema mate 'ptu! "Haya nani mchokozi?" Mama Mashavu akapiga kofi *'pa'* na kusema, "Wee, acha uchokozi," Kuashiria kumpiga mchokozi. Mshamo akanyamaza.

"Haya Mainda yuko wapi?" Mama Mashavu alimwuliza Mama Mshamo.

"Mainda yupo ndani na baba yake. Juzi kushinda jana alipatwa na degedege, nikampeleka Zahanati na hivi sasa anaendelea vizuri, na baba Mainda nae juzi alipindwa na ngiri karibu akate roho," Mama Mshamo alimjibu Mama Mashavu.

"He,he,he! Wewe mtoto *'mzomo'* muuaji na una hatari kubwa sana. Nani kakudanganya kuwa degedege linatibiwa hospitali? Degedege dawa yake mafusho ya mavi ya tembo au kumkojolea mtoto, akipata ahueni unampeleka kwa mganga wa vichango vya watoto au kwa fundi wake. Kwanza umewavalisha ndege hao watoto kinga ya degedege?" Mama Mashavu alimuuliza Mama Mshamo.

"Kichango au degedege si ugonjwa wa hospitali. Akichomwa sindano tu kwisha kazi, anakufa papo hapo, *kaputi.* Hata hivyo, Mungu kakunusuru ungempoteza mtoto wako. Sijui Mama Katuli ungembeba kwa mbeleko gani? Mwiko mkubwa, siku nyingine usirudie, na kuthubutu. Magonjwa mengine si ya hospitali. Kwa mfano chango, kichango zongo, ngiri, si magonjwa ya hospitali. Ngiri kwa mfano tiba yake ni mizizi ya *'mkwizing*i' huchimbwa na kuchemshiwa mgonjwa. Akinywa hupata ahueni au hupona kabisa," Mama Mashavu alimwambia Batuli na kuendelea "Kwanza umechelewa uzazi. Umri huo una watoto wawili tu! Saa hizi kwa uchechefu ungekuwa na watoto saba. Uzazi utotoni mwanangu usisikie," Mama Mashavu alimwambia Mama Mshamo.

"Hee!" Mama Mshamo ambaye amezaliwa miaka michache kabla ya

uhuru na kupata mwanga wa maisha aling'aka, "Watoto wote hao?"

"Hee! unang'aka? Kama na sisi tungeng'aka hivyo ninyi mngezaliwa? Mungu amekupangia idadi ya watoto hapa duniani, zaa hadi yai la mwisho, alilokupangia Mungu. Kila mtoto anakuja na riziki yake na kubuli yake. Anaweza akawa walii, sahaba, mtawala. Acheni kufuru zenu hizo. Watoto mali, watoto ufalme, watoto nguvu na watoto ni hazina," Mama Mashavu alieleza.

"Somo nikukate kauli utasema leo na kesho." Mama Katuli akapoka ukili. "Watoto wetu wa siku hizi hawasikii. Kila siku mimi ndio wimbo ninaoimba. Mimi nina mtoto mmoja, Katuli tu, unafikiri nimeridhika au nimependa? La hasha! ni kwamba Mungu hakunijalia; ningetaka nipate hata watoto kumi na tano.Tajiri na mali yake maskini na wanawe. Watu wanatafuta watoto kwa udi na uvumba, wanalala makaburini na kwenye mizimu kutafuta watoto na hawawapati ng'o. Viroja vyenu hivyo ndio maana siku hizi kunazuka magonjwa ya kila aina na ya ajabu ajabu, mara zongo, mara meno ya plastiki alimradi kadhia tupu."

"Ptu Mungu apishie mbali asije kupatwa na jinamizi; mshike mtoto sikio" Mama Mashavu alidakia na kumwambia Mama Mshamo amshike mtoto sikio.

"Ptu, shika lako mwanangu," Mama Mshamo alitamka hayo huku akimshika sikio Mshamo.

"Nimeyasikia yote wazazi wangu." Mama Mshamo aliyekuwa amesimama na mtoto Mshamo huku akiwa ameshikilia kibao cha mbuzi mkononi, alisema:

"Lakini mambo hayo yote mnayoyasema ni tofauti na mambo leo. Siku hizi degedege na magonjwa yote haya mnayoyasema yanatibika hospitali isipokuwa kifo. Hakuna ugonjwa ambao haushughulikiwi hospitali. Degedege ni homa kali inayosababishwa na vimelea au vidudu vya maradhi kama vile malaria au vimelea katika mkojo," Mama Mshamo aliwatanabahisha mama zake.

"Mwenzangu achana nae shoga." Mama Katuli, alidakia. "Watoto wa siku hizi wanasikia? Ukisema nao wanajibu, ukisema, nao wanasema, ukisema hili wao husema lile. Sisi tulivyolelewa huwezi kumjibu mkubwa. Mkubwa akisema unanyamaza. Mkubwa hakosei.

'Sisi enzi ya utoto wetu, tulifundishwa amri za utii anuwai. Amri hizo hukupaswa kuzikiuka hata siku moja. Tulifunzwa amri kama vile;

Mkubwa au wakubwa wakisema, wewe mwiko kusema, kaa kimya.

Unaposema na mkubwa usimtazame machoni.

Usijibizane na mkubwa au wakubwa.

Mkubwa akiinuka kwenye kiti usikae mara moja, subiri kwanza kiti kipoe.

Unapomsalimia mkubwa simama na kama unakofia vua.

Mkubwa akikukanya kaa kimya, usimjibu.

Wakati wa chakula usinawe kabla na baada ya kula kabla ya wakubwa kunawa; yaani hata kama umeshiba utasubiri hadi wakubwa wamalize.

Wakati wa kula usiseme na ukijiwa na kikohozi koholea pembeni.

Ukipiga mwayo ziba au ukipiga chafya funga kinywa au kwa viganja vya mikono au kitambaa.

Wakati wa kula kama ni ugali na nyama utagaiwa nyama mkononi na utatakiwa kula na mchuzi tupu hadi mwisho. Utapomaliza kula chakula ndio ule nyama na unapokula na mchuzi usipige kibwiko, mwiko.

Unapokula usiwatizame wakubwa machoni.

Unapokula tonge usilikate na kurudisha kutoweza mchuzi na usijirambe vidole na usimege matonge makubwa.

Mkubwa akiponyokwa (akijamba) usicheke, wala kutema mate na useme wewe ndiye uliyejamba. Inakubidi ubebe hilo jukumu.

Usile wima utapigwa na mashetani.

Na usipige uluzi usiku utaota ndevu.

Ukiwa mvulana usikombe mlavi au mwiko utaota matiti.

Baada ya kumaliza kula, utoe vyombo na ukavioshe.

Unapomwita mkubwa usimkate jina, lazima utangulize neno, kaka, dada, baba, mama, bibi kadri ya uhusiano wake na wewe ulivyo. Na kama huna uhusiano naye mkadirie umri wake, kama wa baba mwite baba, kama wa kaka mwite kaka na kadhalika.

Mtoto wa kike unatakiwa nguo zako uvae zipite mafuti na ujitande.

Nakumbuka pia tulipokuwa watoto, baada ya kula chakula, tunakunywa maji yalionaiwa ili tupate baraka za wakubwa. Haya na mengine mengi tulifundishwa," Mama Katuli alisema.

"Tuachane na hizo sheria, zetu za zamani, watoto wetu wa siku hizi wao kila ugonjwa ni wa hospitali. Mathalani, vichango, zongo, meno ya plastiki na kimeo chembe hutibika vizuri na dawa za asili. Mzee Juma Maparazi hodari sana kukata vimeo na chembe. Juu ya vichango au degedege, Mama Kashinde dawa zake mjarabu kwelikweli ingawa wanamteta kuwa mwanga. Mama Kashinde yule jirani yetu, anawatibu hata wanaume wasioweza tendo la ndoa toka wazaliwe. Na mgonjwa akishapona anajaribia kwake." Alisema Mama Katuli.

"Hee! anajaribia kwake? Akinogewa?" Aliuliza Mama Mashavu.

"Hanogewi, yeye yuko kazini," alijibu Mama Katuli.

"Hee! shoga Mama Kashinde, anaweza akawa mchawi kweli; huoni macho yake yalivyo mekundu mithili ya dudumizi?" Mama Mashavu alisema.

"Inasemekana mwezi uliopita alimtoa kikoa yule mtoto wake wa kiume Sudi, Mungu amrehemu na amweke mahala pema peponi." Mama Katuli alishadidia.

"Kikoa ni nini?" Mama Mashavu alimwuliza Mama Katuli.

"Kikoa ni kumuua mtoto wako wa uchungu, ama mama yako au baba yako, kisha umle nyama na wachawi wenzio. Kila mchawi, lazima afanye hivyo kwa zamu. Leo wake kesho wa mwenzie. Ndio maana husema, kupeana ni kikoa toa na wewe upewe," Mama Katuli alimfafanulia Mama Mashavu.

"Duh! wachawi wana mambo!" Mama Mashavu alishangaa.

"Kwani mama Kashinde si mganga?" aliuliza mama Mashavu.

"Mganga, mchawi au mlozi na mwanga ni rupia kwa ya pili. Mwanga au mlozi, na mganga ni mtu huyohuyo mmoja; anapoagua anaitwa mganga, anaporoga anaitwa mchawi au mlozi, anapowanga, anaitwa mwanga. Mwanga harogi anafanya mazingaombwe, kama vile kuruka angani na ungo, kupanda fisi, kucheza ngoma ya mahepe uchi makaburini; kula nyama za watu; kugeuka paka au fisi ndio kazi zao. Mchawi, anaroga watu wapate madhara.

Uchawi uko wa aina nyingi uchawi wa msukule ambapo mtu huuliwa kimazingara na kufugwa ndani, na kutumikishwa kulima mashamba kubeba mizigo na kazi nyinginezo. Chakula cha mtu aliyechukuliwa msukule, ni uji wa unga mbichi huitwa "*msukule*." Kuna uchawi wa '*kukopera*,' uchawi huu, ni ule mtu anachukua mazao kwenye mashamba ya wenzake. Wenzake wanalima mashamba makubwa, wanapata mazao machache, na mchawi *anayekopera* analima kidogo, anapata mazao mengi kwa uchawi. Kuna mawano, mtu akiiba yanambana, kuna zongo. Zongo mara nyingi hurogwa watoto wadogo na wachanga, kuna uchawi wa talasimu na zaiko.

Uchawi mwingine ni tego. Kuna aina nyingi za tego; ukiwemo usinga. Usinga ni tego au uchawi, anaotegewa mwanamke ili mwanaume mwingine akimuingilia huyo mwanamke aliyetegwa usinga, anaathirika na kupata ugonjwa hatari usioweza kutibika. Kuna tego la kudhoofisha nguvu za kiume akitegwa mwanamke, mwanaume mwingine akimuingilia hawezi kufanya tendo la ndoa. Kuna tego la kobe ambapo mwanaume akitaka kumuingilia mwanamke aliyetegwa tego la kobe, jogoo lake linasinyaa na kurudi nyuma asiweze kufanya tendo la ndoa, jogoo lishindwe kupanda mtungi. Kuna uchawi wa ndondocha ambao mtu anafanywa awe zezeta, yaani awe kama punguani," Mama Katuli alizidi kutoa maelezo.

"Pamoja na hayo, Mama Kashinde ana bahati ya mtende kwani '*wazuza*' wengi wamepita hapa lakini kasalimika. Kusalimika kwake si kwamba amezindika uchawi wake usioonekana la hasha, bali yeye anapopata fununu kuwa *wazuza* watakuja, yeye huhamisha uchawi wake na kuuficha kusikojulikana. Kapita Mandondo hapa, kasalimika, kapita Maua hapa kasalimika, kaja Tekelo na usembe wake, kanusurika; kapita Manyaunyau hapa kanusurika, ila ingalikuwa enzi ya Nguvumali, au Kabwele asingalinusurika. Watu wanasema Kabwele alikuwa kiboko, alikuwa sikitiko la wachawi," Mama Katuli alizidi kumfahamisha Mama Mashavu.

"Sasa hao *wazuza* unaowataja wanakabiliana na wachawi, au wanga?" Mama Mashavu aliuliza huku akitoa ufyosi kwa wanga, na shughuli zao.

"Wazuza wanakabiliana na wote, wanga na wachawi," Mama Katuli alijibu, na kuendelea, "Nimeshakuambia kuwa mtu anapoagua anaitwa mganga, anaporoga anaitwa mchawi, na anapowanga, anaitwa mwanga." Mama Katuli alirudia kumfahamisha Mama Mashavu.

"Basi hata na hao wanaobaini wachawi nao ni wachawi," Mama Mashavu alishadidia.

"Lakini nikuulize Mama Katuli, uliyajuaje yote hayo shoga? *Nyumba yenu kubwa nini*?" Mama Mashavu alimuuliza Mama Katuli huku akimdhihaki.

"La hasha! ni udadisi tu. Kaa na watu, ongea na watu, cheka na watu utapata vitu, na kujifunza mengi. Duniani kila mtu ni mwalimu wa mwenzake; binadamu ni watu," Mama Katuli alinena.

Wakati wote huo Mama Mshamo alikuwa anawasikiliza mama zake hao wakiongea. Kama aliyetoka usingizini, akauliza,

"Nilisikia sauti ya dada Chiku au masikio yangu?" Mama Mshamo aliuliza.

"Hee! Mama tulipitiwa." Mama Katuli alijibu. "Ndio, alikuwa Chiku ametuletea taarifa ya msiba. Dogoli kafariki."

"Lahaula! *Dogoli* huyu Bwana harusi?"

"Naam, huyohuyo Bwana harusi." Mama Katuli alijibu.

"Cha mno nini?" Mama Mshamo aliuliza kwa mshangao.

"Hakuna ajuaye," Mama Mashavu alipoka ukili na kujibu.

"Ngoja niwaache nikamjulishe Baba Mshamo. Huu ni msiba mkuu." Mama Mshamo alisema na kuondoka.

Wakati Mama Mshamo alipoondoka, Mama Mashavu alimuuliza Mama Katuli "Je, mwenzangu utakwenda msibani?"

"Iwapo Baba Katuli atawahi kurudi nitakwenda, viginevyo nitakwenda siku ya tatu," Mama Katuli alijibu.

"Mwenzangu kusema ule ukweli, mimi leo sitaweza kwenda huko msibani kwani nina shughuli nyingi zimenitinga. Labda nitakwenda kwenye fatiha kama wewe. Najua mume wangu saa hizi atakuwa amekwisha kwenda." Mama Mashavu alijibu na kuendelea, "Kwa sasa ngoja niwahi nyumbani nikatayarishe bembe kwa ajili ya laazizi wangu; hujui siku kuu ya Idd iko karibu. Leo chungu ishirini na saba mwezi utaonekana ishirini na tisa au thelathini. Natarajia Idi pili nimpelekee bembe mpenzi wangu," Mama Mashavu alimueleza Mama Katuli.

"Hee! Shoga mbona hujanionesha huyo shemeji yangu?" Mama Katuli alimuuliza Mama Mashavu.

"Loh! Mwenzangu mume wa mtu huyo, nimempata kama nyota ya Jaha; ile watu wanayoingojea kuiona kwa kukesha misikitini. '*Pande la janadume*' hilo, jabali mtu wa miraba minne, shababi na kazi alihamdulilahi anaijua mwanaume wa watu; mama yake kamlea hasa, rijali shahidi, si masihara. Mbona mwanamke mwenzetu kajaliwa kuwa na mwanaume kama huyo!

Mwenzangu uongo si kazi mume wako pamoja na haiba yake hafui dafu pale, anaingia mara mbili," Mama Mashavu alimtolea sifa bwana wake wa pembeni bila soni.

"Jitahidi siku moja unioneshe shoga!" Mama Katuli alimsihi Mama Mashavu. "Unamjua sana, ila mtu kidole, huwa mara nyingi anapita hapa, lakini sikujulishi ng'o, thubutu uje uniiibie, kwani nyie mna itibari." Mama Mashavu aliongea hayo huku akionesha tabasamu la utani, lililo na ukweli ndani yake.

"Hee! Mwenzangu yamekuwa hayo!" Mama Katuli alijibu.

"Ndio babu wee, unaambiwa abiria chunga mzigo wako na nimeganda hapo kama luba, simpi hata pumzi; si unajua shoga kuwa Mpemba akiona gogo hanyei chini, ushikwapo shikamana mwenzangu we!" Mama Mashavu alinena hayo na kutoa kicheko cha furaha. "Nitamuendea chini juu hadi nyumba yake niisambaratishe nikaingie mimi pale. Sitafuga ndwele na waganga tele." Mama Mashavu aliendelea kujinasibu.

"Loh! Makubwa hayo, yaliyomshinda kingugwa. Unamkomalia mume wa mwenzako namna hiyo kisa! Kuhusu mimi kukuibia wala lisikuumize kichwa shoga. Huyu ninaye ndani tu ananishinda, leo nikakuchukuliye wako kisa na mkasa," Mama Katuli alimwambia Mama Mashavu.

"Nimemshikia bango shoga, nimeonja asali nataka kuchonga mzinga mtoto wa pwani," Mama Mashavu alitamba.

"Haya mwenzetu una 'kismati,' chambilecho una uso wa wanaume mwenzetu," Mama Katuli alisema.

"Atanijua mimi mtoto wa pwani, nitampa vya pwani mwenyewe atazuzuka, mtu mwenyewe si wakuja tu," Mama Mashavu alijinasibu.

"Una bahati ya mtende kumea jangwani mwenzetu; kama umechanjia mtoto wee!" Mama Katuli alisema na kuongeza, "Mm! unayaweza mwenzetu; mimi muoga kama nini. Hata kama wanasema ukiwa na ndoo lazima uwe na kidumu, au vidumu. Mwenzangu, bahati ya mwenzio usiilale mlango wazi au kama wasemavyo wahenga usisafiriye nyota ya mwenzio; nisije nikatoka kikaangoni nikaingia motoni."

"Oh! Shauri lako, *kalaga baho;* lazima nichakarike mtoto wa kike. Mcheza hawi kiwete ngoma yataka matayo; chambo cha Shaaban Robert kula uhondo kunataka matendo, wasiokuwa na matendo hula uvundo, na mgaagaa na upwa hali wali mkavu, na mtegemea nundu haachi kunona. Unaambiwa Dunia uwanja wa fujo kila mwenye ngoma yake hucheza. Aidha, ina mitihani mingi ukiiogopa hutashinda. Tokea lini ukaona figa moja likainjika chungu?" Mama Mashavu alizidi kutamba huku akijaribu kumzaini Mama Katuli.

"Ka! Mimi siwezi mwenzangu," Mama Katuli alijibu na kuendelea, "Bahati ya mwenzio usiilale mlango wazi. Nisije nikauza usingizi nikanunua kesha; nikatoka kivulini nikaingia juani. Lakini shoga halla! halla! mti na macho!" Mama Katuli akamsihi Mama Mashavu.

"Sawa shoga lakini pia ujue woga ni kipingamizi cha maendeleo." Mama Mashavu akasema na kuendelea, "Nitamwendea kwa waganga hadi kieleweke."

"Lakini shoga si una mume wa ndoa? Utamuachaje baba Chanja wako?" Mama Katuli, mwanamke aliyetoka kwenye mifupa ya watu; aliyelelewa akaleleka, alimuuliza Mama Mashavu, mke wa Mswalihina, mwanamke anayeonekana kukubuhu kwa ukahaba, guberi asiye hofu, soni wala woga.

"Shoga, Baba Chanja wangu niachie mimi," Mama Mashavu alijibu bila ya wasiwasi kiasi cha Mama Katuli kumshangaa na kumuogopa.

"Kwangu kudai talaka ni dakika tu. Si unajua tunaruhusiwa kuoana na kuachana na si kutengana. Kwa kipengele hicho milango iko wazi shoga, kusuka au kunyoa ni hiari yako. Kazi moja tu ni kuhesabu vyuo. Kozi mwana mandanda kulala na njaa kupenda; wanaume wamejaa tele ni uamuzi tu. Hiki ni chuo changu cha tatu. Ukae na mume hadi mfanane sura; loh! *Yasini ya mdalasini,*" Mama Mashavu alijigamba.

"He, mimi mwoga kweli shoga wala sithubutu hilo wala kuliombea. Ptu! Mungu alipishie mbali." Mama Katuli alimwambia Mama Mashavu na kuendelea, "Unavyosema hivyo, mimi naogopa na damu yote inanisisimka na moyo kwenda kasi; naona kama ni mimi vile."

"Loh! Pole shoga, nakuonea huruma. Hujui woga ni kipingamizi cha maendeleo," Mama Mashavu akarudia kumwambia tena Mama Katuli.

"Mwenzangu, ikiwa maendeleo yenyewe ndio hayo, bora niyakose. Nikilikoroga na kuachika nitakuwa mgeni wa nani dunia hii yenye msururu wa matatizo na chembechembe za starehe! Mume mbaya ni yule uliye nae; nisije nikakosa mwana na maji ya moto," Mama Katuli aliendelea kumpasha Mama Mashavu.

"Sawa, shoga, utamaliza misemo yote, lakini mimi uzi uleule, lazima nichakarike mtoto wa kike, siogopi lolote kamwe, siogopi jini wala shetani, mwanamaji wa Kwale kufa maji mazoea; liwalo na liwe. Nikijiangalia bado ninadai, ndio kwanza asubuhi. Nikijimwagia maji hayatui mwilini. Nikiachwa asubuhi jioni naolewa, wewe ukisema cha nini, mwenzako anasema atakipata lini," Mama Mashavu alizidi kutamba na kujinaki.

"Mwenzangu tuyaache, naona kama umepagawa. Kwa hilo shoga tuko mbalimbali kama ardhi na mbingu. Chiku hakukosea alipotongoa kuwa tuko marafiki wa tabia tofauti," Mama Katuli alimpasha Mama Mashavu.

"Shoga wee! Usiwe mjinga, ukiwa na ndoo, lazima uwe na kidumu na ikiwezekana vidumu," Mama Mashavu alimwambia Mama Katuli bila ya wasiwasi.

"Hivi mwanamke wee! hebu nikuulize kwanza, hivi ni nani kakudanganya kuwa ukiwa na ndoo lazima uwe na kidumu au vidumu?" Mama Katuli alimuuliza Mama Mashavu na kuendelea, "Huo ni ufuska wenu; ndio ninyi mnavumisha kuwa kwenye unyago au mkole wali wanafundishwa hayo, wakati si kweli. Wali kwenye unyago au mkole wanakatazwa kuwa malaya. Hayo ni maneno ya mafuska kama ulivyo wewe kutaka kuhalalisha ufuska wako. Ukisikia mkoleni au kwenye unyago wakisema ukiwa na shamba lazima uwe na 'kihanti', haina maana kuwa ukiwa na mume lazima uwe na bwana au mabwana nje ya ndoa la ghasha. Huu ni mzungu au fumbo kwa maana kama utajiweka usafi sehemu za siri, basi pia usisahau kwapani na sehemu nyingine. Watu hutafsiri vibaya mzungu huo kwa malengo yao," Mama Katuli alisisitiza.

"Hee! mwali inatosha usifikie huko. Hayo mambo ya mkoleni unayatoa hadharani, hayatakiwi kujulikana hadharani. Hujui nani amejibanza nje huko anayasikia. Unaambiwa mvungu mkeka. Kilichokuwa chini ya mvungu ni kama kimefunikwa na mkeka; huwezi kujua nani yuko nje ni kama vile huwezi kujua nini kiko mvunguni," Mama Mashavu alimtahadharisha Mama Katuli.

"Pamoja na yote hayo mimi sijali; nzi kufia juu ya kidonda si haramu," Mama Mashavu alijibu bila ya hofu wala woga, na kuendelea, "Huwezi kumlinganisha yule bwana na mume wangu wala wako kwa kila hali, ana kila kitu mwanamke anachokihitaji kwa mwanaume," Mama Mashavu alitamba kwa mume wa mtu huku akibeza wa kwake.

"Sawa shoga lakini angalia, penye urembo pana ulimbo. Mimi mwenzio bura yangu sibadili na rehani," Mama Katuli alitoa nasaha. Nisije nikauza usingizi nikanunua kesha. Mama Katuli aliurudia msemo wake.

* * *

Wakati Mama Mashavu na Mama Katuli wakiendelea na mazungumzo yao, Mama Mshamo alishaondoka kwenda kumjulisha mumewe Jabili au Baba Mshamo juu ya kifo cha Dogoli. "Mume wangu umeyasikia ya huko? Dogoli hayupo duniani," Mama Mshamo alimuarifu Jabili au Baba Mshamo.

"'Innalilahi,' kilichomuua ni nini?" Baba Mshamo aliuliza kwa taharuki kubwa.

"Kwa kweli sijui; ila nimeambiwa mazishi ni leo baada ya Swala ya adhuhuri," Mama Mshamo alinena na kisha akauliza.

"Haya mume wangu tunajipangaje sasa kwenda mazishini?"

"Mke wangu, sisi hatuwezi kuwahi kwenye maziko wala mazishi, tumechelewa, ila tutakwenda kuhani," Baba Mshamo alisema.

"Hee! maziko na mazishi yana tofauti gani?" Mama Mshamo aliuliza.

"Maziko ni shughuli zote za matayarisho kabla ya kwenda kuuzika mwili wa marehemu kaburini na mazishi ni tendo la kuufukia mwili wa marehemu kaburini," Baba Mshamo alimwambia Mama Mshamo.

"Loh! Nini kilichomuua Mbuya Wangu?" Baba Mshamo alitanabahi hayo huku, akiwa na mawazo kemkem. "Nasikia alipata mfadhaiko. Inasemekana alishindwa kumuingilia Bibi harusi. Katika jitimai hilo, akafa katika mazingira ya kutatanisha. Kwanza alidondoka chooni, kisha akazolewa mzobemzobe hadi chumbani usiku wa manane, akakata roho." Mama Mshamo alisema.

"Loh! Masalale, maskini ya Mungu, Dogoli katutoka; haya mbele yake nyuma yetu, ni mipango ya Mungu. Unaona sasa mila zetu hizi zinavyotugharimu, za kutaka Bibi harusi aingiliwe mbele ya kungwi huku kaumu wakisubiri nje matokeo ya harusi. Hii ni sawa na kumuingilia mwanamke kadamnasi," Baba Mshamo alitongoa hayo kwa masikitiko kisha akaendelea, "Inawezekana Dogoli hakuwa na tatizo lolote na jogoo lake, ila kapatwa na woga na kitete hali iliyomsababisha jogoo lishindwe kupanda mtungi. Laiti angekuwa amepewa mke wake, faragha, kamwe haya yasingetokea. Haya kila mtu anapangiwa kifo chake wote njia moja. Mchele mmoja mapishi mbalimbali, kwani pua zetu zote zimeelekea kwenye udongo. (Aliendelea kuongea huku akiamka kwenye kiti) Ngoja nimalizie kutunga shairi langu. Unakumbuka nilikuwa natunga shairi la kumlaani fundi cherehani aliyechelewesha kushona kanzu yangu, niliyotaka kwenda nayo kwenye Harusi ya Dogoli. Ngoja nilinyooshe hili shairi na niongeze ubeti mwingine," Baba Mshamo alimuambia Mama Mshamo.

Mara akaketi tena na kumsimulia mke wake kisa cha kuandika shairi lile. "Unakumbuka siku ile nilimpelekea kitambaa changu cha kanzu fundi Hemedi Lakabu Shazia ili anishonee kanzu ya darizi maridadi kwa minajiri ya kwenda kwenye harusi ya hayati Dogoli. Nilipofika kwake akanipima kanzu yangu kama ada nikamlipa malipo ya awali. Akanipa ahadi siku ya kwenda kuchukua nguo. Lakini kila nilipokwenda kwa ahadi ya kuchukua hiyo kanzu, fundi alitoa visingizio tele vya kutomalizika kwa kanzu yangu. Amekuwa akinipa ahadi zisizotekelezeka hadi harusi imepita na hatimaye Dogoli akapatwa na *faradhi*.

Siku ya kwanza ya ahadi nilimkuta fundi akishona nguo ya mteja mwingine. Ile hamadi! Akaniona, *akajibaraguza* akidhania kuwa sikumuona akaitupa ile nguo aliyokuwa akiishona na kuchukua nguo yangu bila ya kujua kuwa nimemuona. Fundi akajifanya kapandwa na midadi ya kazi huku kofia yake ya tarabushi au kitunga na huku 'shada' kaining'iniza upande, akaanza kuimba na kutingisha kichwa, wimbo mmoja baada ya mwingine.

Sina moto, sina moto nichomee hindi langu,

Nipe moto nipe moto nichomee hindi langu.
Hindi langu likiiva nile na mpenzi wangu...
Mara akadakia wimbo mwingine kama mwendawazimu vile.
Mzoea udalali, Mzoea udalali
Mzoea udalali hawezi kazi ya duka...

Huo mkao aliokaa kwenye hicho kiti, haukuwa tofauti na mtu anayejisaidia haja kubwa na mwenye tumbo la kuendesha. Nadhani kama siku hiyo hakunywa basi kaonja. Yamkini hakulipuliza au kulikoleza ni tumba. Maana hayo macho yalivyomuiva kama mkaanga pilipili."

"Kulikoleza ni nini?" Mama Mshamo aliuliza.

"Wewe unafikiri kukoleza nini, moto? Kama si bangi?" Baba Mshamo alijibu.

"Ni chakaramu hasa wala si mzaha," Baba Mshamo alisema na kuendelea kusimulia.

"Na mimi nikajifanya kana kwamba sikumuona alivyobadilisha nguo ya kushona. Nikamsabahi. "Salaamalekum fundi!"

"Aaa swaibu wangu aleikum salaam kefaleku," Fundi akiitikia salamu na kusalimia.

Nikaitikia, "twaibu."

"Kazi, fundi," Nilimwambia.

"Kazi ya mtenzi, mtendewa si kazi," Fundi alijibu.

"Kuntu kazi ni ya mtenzi, yaani ni kwa yule anayeifanya anayefanyiwa si kazi!" Mama Mshamo alishadidia.

Basi nikamuuliza, "Ennhe! nguo yangu tayari?"

"Ahaa, bado kidogo tu bwana mkubwa. Maana juzi nililetewa habari ya ugonjwa wa kaka yangu toka nitoke huko Majengo na jana tukapata msiba wa jirani. Nakuahidi mama yangu nimfanye mwanamke wangu, mtondogoo njoo uchukue nguo yako, njoo milango ya saa nne, hakika utaipata kazi yako ya darizi safi," Fundi alinieleza.

"Siku ya ahadi ilipofika nikaenda. Nilipofika siku ile ya ahadi akaniambia kuwa kanzu yako tayari bado vifungo. Nimepeleka kanzu yako kwenda kugonga vifungo, akaniambia nirudi kesho yake. Nilipokwenda asubuhi yake sikumkuta yeye wala cherehani na fremu imefungwa. Ahadi hizi za uongo zimenifanya nisihudhurie Harusi ya Dogoli," Baba Mshamo alimalizia kwa masikitiko.

"Pole mume wangu, lahazizi usijali hizo ndizo tabia za mafundi.

Si fundi cherehani tu bali mafundi wote, seremala, mwashi, fundi viatu na kadhalika," Mama Mshamo alisema.

"Fundi muaminifu na mwenye ahadi ni fundi kinyozi tu." Ndio maana nikatunga shairi la kumsifu fundi kinyozi," Baba Mshamo alisema.

Mama Mshamo analipokea shairi na kuanza kulighani kimyakimya.

Fundi kinyozi

Penye mafundi sadifu, wajuzi wa kila fani,
Kinyozi ni mwaminifu, na wengine hafanani,
Kwa wake uadilifu, aongoza duniani.
Mafundi walo makini, kinyozi ni mwaminifu.

Kinyozi ni mwamifu, hakuna ulimwenguni,
Hata awe ni dhaifu, kapuku hana thumni,
Hafanyi udanganyifu, wateja kuwarubuni,
Mafundi walo makini, kinyozi nimwaminifu.

Mpe hela kamilifu, kisha uketi kitini,
Wateja wapange safu, hivi na kule foleni,
Hasemi uje halafu, umalizwe kisogoni,
Mafundi walo makini, kinyozi ni mwaminifu.

Wengine kichefuchefu, hasa fundi cherehani,
Wengi wao wasumbufu, walaghai na wahuni,
Mwanzo huwa watukufu, mwisho huwa majununi,
Mafundi walo makini, kinyozi ni mwaminifu.

Fundi nguo kwa ukweli, uaminifuwe duni,
Kanifanya mi Jabili, nisiende shughulini,
Kwake rafiki Dogoli, sikufika maskini,
Mafundi walo makini, kinyozi ni mwaminifu.

Nilimpa kitambaa, na pesa fundi mshoni,
Lengo kanzu kuivaa, ya kwendea harusini,
Ahadi zake balaa, za karahisha rohoni,
Mafundi walo makini, kinyozi ni mwaminifu.

Mara uje Jumapili, saa kumi za jioni,
Kanzu yako ni kamili, bado kola ya shingoni,
Siku hiyo wanawali, wengi watakutamani,
Mafundi walo makini, kinyozi ni mwaminifu.

Jumapili ikafika, nikamwendea jamani,
Fundi anasikitika, mkono wake tamani,
Samahani bwana kaka, nilikuwa msibani,
Mafundi walo makini, kinyozi ni mwaminifu.

Hadi siku ya harusi, watu wengi kama nini,
Mimi Jabili mkosi, kujifungia chumbani,
Vibaya ninajihisi, kutofika shereheni,
Mafundi walo makini, kinyozi ni mwaminifu.

Jamani mafundi wetu, tulonao visirani,
Machoni ni kama watu, roho zao mtihani,
Kusema ninathubutu, kinyozi namthamini,
Mafundi walo makini, kinyozi ni mwaminifu.

Harusi hiyo kiboko, nimesikia bombani,
Watu cherekochereko, shangwe pia burudani,
Hatimaye ni vituko, vicheko pamwe huzuni,
Mafundi walo makini, kinyozi ni mwaminifu.

Kumbe Dogoli hafai, si riziki maskini,
Utambi ni karabai, za kupanda mtungini,
Ikabaki purazai, simulizi mitaani,
Tamati fundi makini, kinyozi ni mwaminifu.

"Hongera mume wangu shairi lako zuri sana, nimelipenda.Vina vyake vinavutia," Mama Mshamo alimpongeza mume wake.

"Asante mke wangu lahazizi. Lakini vina unavijua?" Baba Mshamo alimuuliza mkewe kwa kumdhihaki.

"Navijua mume wangu. Vina ni silabi za sauti za namna moja zinazotokea baada ya kila mizani kadhaa hususan katikati na mwisho wa kila mstari wa ubeti wa shairi au utenzi," Mama Mshamo alifafanua.

"Ama kweli mke wangu unajua ingawa umekosea kidogo," Baba Mshamo alimwambia mkewe.

"Kwa nini nisijue ikiwa tulifundishwa shuleni na mwalimu Abedi. Isitoshe wewe mume wangu mtunzi wa mashairi, malenga uliyebobea! Na Waswahili husema, mtoto wa mhunzi akikosa kufua hufukuta au mtoto wa nyoka ni nyoka na mbwa wa msasi mkali ni mkali pia," Mama Mshamo alijibu.

"Loh! Mke wangu kumbe gwiji wa methali. Lakini pamoja na hayo ufafanuzi wako wa vina una walakini kidogo, haukuwa timilifu," Baba Mshamo alimwambia Mama Mshamo.

'Nimekosa nini mume wangu?" Mama Mshamo alimuuliza Baba Mshamo. "Marahaba mke wangu. Anayeuliza anataka kujua au kuelimika na asiye uliza hana ajifunzalo. Ufafanuzi wako si timilifu kwa sababu umefafanua kina au vina kwa kulenga ushairi na utenzi tu wakati vina pia vinapatikana kwenye maeneo au vipera vingine vya lugha. Vina vinapatikana kwenye methali, nyimbo, misemo na kadhalika isipokuwa havijitokezi kwenye urari wa mizani. Mathalani vina kwenye methali.

Sitafuga ndwele na waganga tele.
Asiyesikia la mkuu huvunjikia guu.
Mbaazi ukikosa maua husingizia jua.

Vina pia vinapatikana kwenye misemo au maneno yaliyoandikwa kwenye kanga kwa mfano:

Sitolia gizani kwa kumuogopa jirani.
Waongo wa Mtaani Mungu atawalani.
Roho yangu Sultani Cha mtu sitamani

Vina pia vinapatikana kwenye misemo na mazungumzo ya kawaida.
Umejia kadha au kadha wa kadha?
Mwali kamwambie Mwali Mwana Mwali Mwali.
Wale wali wa Liwale wala wali na Maliwali wale.
Sisi ndio sisi wengine mafisi.

Mjomba mkia wa komba ukiuuchezea utakusomba.

Sio hayo tu pia vina hupatikana kwenye vitendawili. Baba Mshamo aliendelea kumwelimisha mke wake.

Kisimani kwa Bibi Mpaji, kuna jini mnywa maji.
Hingo na hingo lifunika hingo na hingo na hingo lifunika hingo."

Mama Mshamo alimwangalia mume wake kwa macho yaliyojaa udadisi. "Mke wangu vina pia hupatikana hata kwenye nyimbo," Baba

Mshamo alieleeza kisha akauimba wimbo huo;
"Bibi mpika kisamvu, kitunguu kiko kwangu,
Kisokile zamani alikuwa jirani, sasa mke mwenzangu."
Baba Mshamo alimaliza kutoa mifano ya matumizi ya vina.

"He! mume wangu wimbo gani huo! Unanifumbia mimi nini?"
Mama Mshamo aliuliza.

"La hasha! mke wangu, hiyo ni mifano tu," Baba Mshamo alimtoa
wasiwasi Mkewe.

"Mume wangu kweli umebobea katika lugha ya Kiswahili," Mama
Mshamo alishadidia.

"Naam! mke wangu ondoa hofu, sisi ndio magwiji wenyewe wa
Kiswahili wengine ni fotokopi," Baba Mshamo alitamba na kuendelea
kumjuza mkewe:

"Kwa hiyo mke wangu kutokana na ukweli kwamba vina hupatikana si
kwenye ushairi na utenzi tu bali na maeneo mengine ya lugha, tunaweza
kufafanua vina kuwa ni silabi zenye sauti za namna moja zinazotokea
katika fungu la maneno au tungo." Baba Mshamo alimwambia mkewe.
Na kuendelea, "Aidha vina ni utamaduni wa Mswahili kwani maeneo
mengi katika lugha ya Kiswahili yametawaliwa na vina," Jabili alizidi
kushadidia.

"Loh! asante mume wangu, nimejifunza mengi leo. Ama kweli kufa
kufaana yote haya nimeyajua kutokana na kifo cha Dogoli, Mungu
amrehemu, amuweke pema peponi," Batuli alishukuru.

"Basi tuendelee mke wangu." Baba Mshamo alisema. "Binamu yake
Dogoli alikuwa nyakanga wetu tulipokuwa porini jandoni. Alikuwa
mkali kama pilipili, alitufundisha maadili mema. Baadhi ya mafundisho
hayo sijasahau hadi leo mafundisho hayo ni pamoja na tulielezwa,
usiingie chumbani kwa wazazi wako wakati wowote, kama itabidi uingie,
usiingie bila ya kubisha hodi; na hodi unapiga mara tatu, na huiingii
hadi uitikiwe na kukaribishwa ndani.

Ukitumwa na mkubwa usikatae; usikae jikoni mama anapopika
chakula, usionje mboga na kulamba mwiko.

Mambo mengi ya adabu alitufundisha yakiwemo maisha ya ndoa, na
kuishi na mke na jamii.

Pamoja na mambo hayo, ametufundisha nyimbo nyingi. Nyimbo
nyingi tulizofundishwa ambazo ninazozikumbuka kwa sasa ni pamoja

na ule wa katumbo kalegela." Baba Mshamo akaanza kuimba.

"Mama njaa wee katumbo kalegela.

Mama njaa wee katumbo kalegela..."

"Huu wimbo tuliimba wakati njaa zinauma. Kuashiria tuletewe chakula kutoka kijijini.

Wimbo mwingine ni ule wa kajike kajinga.

Kajike kale kajinga, kajinga kajinga!

Kafua kasodo kake kuanika kuanua,

Kabingu kamvua kakaja kakamfumania.

Wimbo huu ulikuwa unawabeza wanawake wasiokuwa makini, wanapofua vitambaa vyao wanavyovitumia wanapojihifadhi wakati wakiwa katika hedhi. Sodo zao na kuzianika ovyoovyo, na hivyo mwanaume (kibingu cha mvua) kuziona."

Baada ya Baba Mshamo kuyasema hayo, Mama Mshamo nae akamuelezea mumewe yale yaliyojiri kwenye unyago.

"Kwenye unyago kuna Mizungu," Mama Mshamo alisema.

"Mizungu ni nini?" Baba Mshamo aliuliza.

"Mizungu ni mafundisho wapewayo wari unyagoni. Katika Mizungu pamoja na mambo mengine kuna vinyago vilivyotengenezwa katika jinsi mbili, jinsi ya kike na kiume. Unapokuwa kwenye unyago au mkoleni, kungwi anakufundisha kwa vitendo namna ya tendo la ndoa linavyofanywa kwa kutumia hivyo vinyago".

"He! Si mnawaoja hao watoto?" Baba Mshamo aliuliza.

"He! Tunawaoja nini wakati wamekua," Mama Mshamo alisema. Kwanza haturuhusiwi kuyasema mambo ya unyagoni hata kwa mume wako, ni mwiko kabisa," Mama Mshamo alimwambia Baba Mshamo.

"Tafadhali niambie mke wangu sitamwambia mtu," Baba Mshamo alimbembeleza mke wake.

"Hata sisemi kwanza nimefanya kosa kukuambia hayo machache. Tafadhali nakuomba tuyaache hayo, tupange jinsi ya kwenda kuhani kwenye msiba wa Dogoli." Mama Mshamo alimwambia Baba Mshamo.

-Ilipofika Magharibi, Mama Mshamo akawa anamtafuta Ashura, mtoto wa mdogo wake. Akaanza kumwita kwa sauti; "Ashura...... ee! Ashura..... ee! Ashura.... ee," Sauti kwa mbali ikasikika.

"Yee," Ashura aliitika.

"Nyokoo, nyoko we," Mama Mshamo akatukana na kuendelea,

"Mtoto husikii, wewe, kisirani mkubwa, njoo hapa."

"Nakuja *mkuu*," Ashura alijibu.

"Huna adabu. Kwanza mtoto akiitwa haitikii yee! au unasemaje. Mtoto wa kike akiitwa huitikia be au abe na kama ni mtoto wa kiume huitika naam! au labeka!

"Njoo nikutume lusu wee! Mtoto husikii wewe, kiziwi mkubwa, kutwa kuzurura. Sijui nisemee wapi ndio usikie. Huoni kama jua limekuchwa? Ulikuwa wapi, giza lote hili? Mtoto *'pashukuna'* we," Mama Mshamo alifoka.

"Nilikuwa na akina Mwanawaziri tukichezea vifuu," Mtoto Ashura alijibu kwa hofu kubwa, huku midomo ikitetemeka.

"Mtazame kichwa kama shangazi yake," Mama Mshamo alisema na kuendelea huku akirudia maneno ya Ashura kwa kusemea puani, yaani kwa kubana pua. "Nilikuwa nachezea vifuu na akina Mwanawaziri." Huna adabu, utakula vifuu. Mtoto huchoki? Kila kukicha kiguu na njia michezoni; mara vifuu, mara kuruka kamba, mara nage, mara mdako, mara buye, mara kibemasa, mara buti. Hee! mtoto kigego we! kama umechanjia. Unamkunjia nani uso? Hebu kunjua uso wako, na sogea hapa nikutume mbwa kasoro mkia we! Nenda sasa hivi dukani kwa Zaharani, natema mate yasikauke, kufumba na kufumbua uende urudi sasa hivi, na unisikilize, masikio kama popo. Nenda kanunue unga wa ngano nusu kilo, dawa ya mboga robo kibaba. Usiku huu giza limeshaingia usiseme chumvi, sema dawa ya mboga au mkubwa wa jiko la sivyo hutauziwa. Umesikia we kinyago? Unga wa sembe nusu na robo, mchele robo kilo, mafuta ya uto mijali miwili,"

"Hewala *mkuu!*" Ashura alijibu kwa unyenyekevu, na kukimbia kuelekea dukani huku akikariri kimoyomoyo vitu alivyotumwa, unga wa wa ngano nusu kilo, dawa ya mboga robo kibaba, unga wa sembe nusu na robo, mchele robo kilo, mafuta ya uto mijali miwili.

Wakati Ashura anarudi toka dukani akawa anaimba nyimbo za kuruka kamba wimbo mmoja baada ya mwingine.

Mwana msitu dawa, dawa ee dawa.
Nimemuomba mchuzi kidogo, kanijazia upawa.
Nilikwenda msituni, na komba kanililia.
Ningekuwa na kisu kikali, ningemkata mkia!

Ghafla sauti ya Ashura ilisikika ukafuatia na wimbo, Hamadi yangu, po nimeokota;

Cha kuokota si cha kuiba,
cha mchongoma kina mwiba
Po changu po.

Ashura aliimba kwa furaha

"Umeokota nini?" Mama Mshamo alimuuliza Ashura.

"Nimeokota hela," Ashura alijibu.

"Kiasi gani, hebu tuone," Mama Mshamo alimuuliza Ashura.

"Nimeokota *hela saba unusu,*" Ashura alijibu.

"Mm! usije ukaiba. Mimi juzi nilipoteza *hela themanini,* baba yako alipoteza *hela kumi na mbili unusu,*" Mama Mshamo alisema.

"*Mkuu* mimi sikuiba, haki ya Mungu, na kama nasema uongo kesho nikifa nisionane na Mtume," Ashura alikana kwa kujiapia.

"Nitakupeleka kwenye mawano," Mama Mshamo alimtisha Ashura.

"Nipeleke. Masahafu ya Mtume sikuiba, hata halbadiri kasomeni, au kapasueni chungu," Ashura alijitetea.

"Sawa riziki yako," Mama Mshamo alisema.

"*Mkuu,* vitu ulivyoniagiza hivi hapa," Ashura alimwambia *mkuu* wake.

"Sawa," Mama Mshamo alijibu.

"Haya njoo hapa jikoni uone ninavyopika, mtoto wa kike lazima ujifunze kupika usije kufukuzwa kwa mumeo bure kwa kutokujua kupika; usije ukaenda kupika chakula kibichi, au ugali wenye mabudaa na unaonata na kushika mkononi, ukaolewa asubuhi, jioni ukarudishwa. Kaa hapa chukua kibao cha mbuzi hicho, na anza kukuna nazi," Mama Mshamo alimwambia Ashura. "Kaza mkono, angalia mikono kama imechomekwa na usibwie hiyo nazi. Ukimaliza kukuna nazi, chukua kifumbu chuja hiyo nazi na utenge tuwi la kwanza au tui bubu na tui la kupopolea," Mama Mshamo alisema.

"Kifumbu ndio nini mkuu?" Ashura aliuliza. "Kifumbu ni kung'uto, wengine huita chujio au kiteo," Mama Mshamo alimfahamisha Ashura.

"Sawa mkuu. Je, nikimaliza kukuna nazi nile panza?" Ashura aliuliza.

"Sawa, kula panza lakini halahala usibwie nazi na machicha usiyamwage tusugulie vyombo," Mama Mshamo alimuonya Ashura.

"Ha! Mkuu nazi imeliwa na mwezi," "Iache, vunja nyingine ukune."

Wakati Ashura anakuna nazi akawa anamuuliza maswali mama yake mkubwa.

"Eti mkuu mtoto anatoka wapi?"

"Mtoto anatoka darini au kisimani." "Loh! Kumbe, na mimi nitakwenda kisimani kumpata mtoto," Ashura alisema na kuendelea kudadisi.

"Na kwa nini dada Zubeda siku ile alivyokuwa mwali alilia?" Ashura aliuliza.

"Msichana akiwa mwali huona joka kubwa, na wakati huohuo huungua moto; ndio maana analia," Alijibu mama mshamo

"Kwa hiyo mimi nikijakuwa mwali, nitaungua moto na kuona joka?" Ashura alizidi kudadisi.

"Ndio," Mama Mshamo alijibu.

"Loh! Mkuu mimi afadhali niungue kuliko kuona joka, naliogopa. "Ashura alinena

"Haya acha 'kurakanya,' kaza mikono mtoto wa kike. Do! Una maneno kama kiwete. Unauliza mambo ya kikubwa, kinda, ubwabwa wa shingo haujakutoka. Makubwa haya yaliyomshinda kingugwa. Watoto wa siku hizi viroja tupu. Ptu!" Mama Mshamo alimsema Ashura.

"Haya chapua mkono jua limekwisha. Ukimaliza chagua mchele huo. Angalia mawe na chuya."

"Hee! Mbona mchele mchache namna hii tutashiba?" Ashura alimuuliza Mama Mshamo ambaye ni mama yake mkubwa.

"Hee! Unadhani mchele huo ni wa wote? Mchele huu ni wa baba yako Mkubwa. Yeye atakula wali na samaki tasi, sisi tutakula ugali na budu la choroko".

SURA YA TANO

Mazikoni

"Salaam aleikum, salaam aleikum,"

"*Aleko msakuko huko utokako uya huko huko,*" Hamisi Jodari mtu wa mzaha na utani mwingi aliitikia salamu ya Juma Panzi, kwa mzaha, utani, madaha, bashasha, na mikogo isiyo kifani, na baadaye akaitikia kawaida

"Alekumssalam," Na kuendelea, "Sabalkheri?"

"Aa-aa, umekosea! Saa hizi husemi Sabalkheri," Juma Panzi aling'aka. Saa hizi ni mchana, Sabalkheri ni salamu ya asubuhi na kiitikio chake ni akheri au heri. Masalkheri au Msalkheri ni salamu itolewayo nyakati za jioni na kiitikio chake ni akheri au heri, Alamsiki ni salamu ya kuagana na kwenda kulala na kiitikio chake ni bil nuur. Saa hizi salamu inayo stahili ni Salaama leikum, au Kaifahaaluk," Juma Panzi alimsahihisha Hamisi Jodari.

"Asante bwana kwa kunielimisha," Hamisi Jodari alisema na kusalimia "Kaifahaaluk,"

"Twaibu," Juma Panzi akaitikia.

"Kazi," Juma Panzi alimuuliza Hamisi Jodali.

"Awali Mungu na ni ya mtenzi mtendewa si kazi," Hamisi Jodari alijibu.

"Naam, sadakta, kazi lazima imtangulie Mungu, yaani Mungu kwanza inayofuata kazi. Na kazi ni kwa yule anayeifanya/anayetenda anayefanyiwa/anayetendewa kwake si kazi," Juma Panzi alinena.

Wakati maswahibu hao hirimu moja wakisabahiana kwa mbwembwe na mikogo mingi, upepo wa kaskazi, ulikuwa ukivuma kwa nguvu, huku Hamisi Jodari akijitahidi kukita kifuo cha nazi aridhini tayari kufua rundo la nazi, kiungani kwa Mwinyi Hatibu. Hili lilikuwa janguo la pili msimu huu; wakati huohuo manokoa wawili waliovalia mabwela suti ya kijani kibichi na kofia ya *Mungu usinione* (Kapero au kipkapa) rangi ya damu ya mzee walikuwa makini wakipepesa huku na kule, kuangalia wevi na huku wakiokota nazi na kuzitenganisha; kokoochi, matale, madafu, mbata na nazi safi. Wakwezi nao wakikazana kuangusha nazi mnazi hadi mnazi.

"Haya nipe ya huko utokako swaibu wangu, mbona umeadimika kama kaburi ya baniani?" Hamisi Jodari alimuuliza Juma Panzi hirimu na swaibu wake wa miaka nenda miaka rudi.

"Huko Bwana kuzuri si kuzuri. Nimekutana na mwanamke mmoja pale njia panda ya Mkwajuni akieleza kuwa Dogoli bin Madafu, hivi tusemavyo hayupo duniani."

"'*Inna lilah waina ilaih*,' Dogoli huyu Bwana harusi?" Hamisi Jodari aliuliza kwa taharuki na kwa huzuni kubwa sana.

"Naam, ndiyo huyohuyo Bwana harusi," Juma Panzi alijibu kwa huzuni.

"Lahaula! Ama kweli kufa ni kuzima taa; kwani ni juzi tu kushinda jana nilikutana nae gulioni. Haya mbele yake nyuma yetu, wote njia moja, pua zetu zimeelekea kwenye udongo." Hamisi Jodari alisema kwa huzuni isiyo kifani, na kuendelea kudadisi.

"Kwani mwanamke huyo uliyemwona akitoa salamu hizo hapa njia panda ya Mkwajuni ni nani?" Hamisi Jodari alimuuliza Juma Panzi.

"Ukweli, uongo si kazi, mwanamke mwenyewe sikumzingatia barabara, kwani alijitanda ushungi, na kujifunika gubigubi na baibui, hivyo sikumzingatia vizuri, ila nilifanikiwa kusikia sauti. Sauti yake inashabihiana sana na mtalaka wake ee aa, yule bwana ....aa...Jina lake limenitoka kidogo, linakuja linatoka, yule amini yake hayati Madafu," Juma Panzi alimwambia Hamisi Jodari.

"Watu huwa wanasema ukimsahau mtu jina lake mtu huyo yuko chooni," Hamisi Jodari alisema kwa dhihaka.

"Ahaa! nimemkumbuka mtu mwenyewe, Iddi Pembe, sasa sijui kama ndie yeye ama nimemfananisha, maana duniani, watu ni wawiliwawili kwani nilimuona kwa mbali kidogo, sikuweza kumzingatia barabara." Juma Panzi alijibu huku machozi yakimlengalenga, wakati Hamisi Jodari akionesha huzuni kubwa na macho kumuiva.

"Hivi Iddi Pembe walikula amini na Madafu?" Hamisi Jodari aliuliza.

"Aaa! amini yake mkubwa," Juma Panzi alijibu. "Sikulijua hilo," Hamisi Jodari alisema na kuendelea kudadisi, "Lakini mtalaka wa Iddi Pembe ni yupi huyo? Maana mbali na kuwa na wanawake mitala wanne, Iddi Pembe alioa na kuacha wanawake kadhaa," Hamisi Jodari aliendelea kudadisi. "Unamjua sana mwanamke mwenyewe," Juma Panzi alijibu na kuendelea, "Isipokuwa mtu kidole, mbona alikua anakuja pale kiamboni petu mara kwa mara. Mwanamke mwenyewe maji ya kunde, spoti na tipwatipwa hivi."

"Haya Mungu amuweke pema peponi; mbele yake nyuma yetu." Hamisi Jodari alisema na kuuliza, "Mazishi ni lini?"

"Mazishi ni leo jioni baada ya swala ya adhuhuri. Mimi ndio nipo njiani, naelekea mazikoni," Juma Panzi alijibu, na kuendelea, "Si unajua kuwa utaratibu wetu, maiti hailali, labda kuwe na sababu muhimu sana."

"Sawa swaibu wangu, tangulia na mimi nakuja. Ingawa maziko nitakuwa nimechelewa, kutokana na kazi nilizokuwa nazo hapa, nitafanya imafaima niwahi mazishi, hata kama kazi hii italala," Hamisi Jodari alimhakikishia Juma Panzi.

"Hee! Nazi hazitaibiwa zikilala hapa?" Juma Panzi aliuliza kwa mshangao.

"Mawe! Hathubutu mtu kuiba hizi nazi hapa.Wewe unamjua mzee Mwinyi Hatibu au unamsikia?" Hamisi Jodari alimjibu Juma Panzi na kuendelea. "Hata ulaze nazi moja haiibiwi ng'o. Shehena kwa shehena zinalala hapa haziibiwi. Mbali ya kuwa na manokoa wawili, Mwinyi Hatibu anafuga majini. Aidha amelizindika shamba lote, kwa makago ya kila aina. Isitoshe viunga vyake vyote amevisomea ahalil Badri ambayo itamdhuru yoyote yule atakayejaribu kugusa shamba hili kwa nia mbaya. Acha kuiba hata ile kufikiria kuiba anadhurika. Juzi tu shinda jana amebanwa mtu na mawano kwa kuchukua kuti moja na makara mawili tu, sembuse nazi, thubutu! Sisi wafanya kazi wake wote tumekula yamini yaani kiapo, licha ya kuiba, ukifikiria kuiba tu jua halifiki utosini unakufa. Wewe mwenyewe hushangai kuona minazi ya Mwinyi Hatibu haiparami, na huzaa makole kochokocho unadhani ni bure?" Hamisi Jodari alimhakikishia Juma Panzi kwa mifano.

"Haya bwana hala hala usikose kwenye mazishi," Juma Panzi alimsisitizia Hamisi Jodari huku akiwa anaondoka.

Lakini kabla Juma Panzi hajang'oa hema, Hamisi Jodari alimuuliza Juma Panzi, "Je, Swaibu umeuona mwezi?"

"Aa! Sikubahatika mwaka huu rafiki yangu," Juma panzi alijibu.

"Basi kama hivyo kabla hujaondoka karibu ungoje chakula bwana" Hamisi Jodari alimkaribisha Juma Panzi.

"Kwani ninyi pia hamkuuona mwezi?" Juma Panzi alimuuliza Hamisi Jodari.

"Hatukujaliwa bwana," Hamisi Jodari alijibu.

"Kumbe na ninyi Makobe kama mimi?"

"Mimi sikuuona kwa sababu huwa nasumbuliwa na riahi.

Ingekuwa enzi zile za utoto tungeimbwa: *Kobe mla Mchana Kitoweo Panya wa jana*, na mwezi ukiandama tunaimbwa: *Makobe tumeyakamata*. (Wote wakaangua kicheko).

Asante lakini nisamehe, ngoja niwahi, nitakuja kula siku yoyote isiyokuwa na jina, Mungu akipenda," Juma Panzi alisema.

"*Awali kulu ya pili Swala* na awali ni awali, hakuna awali mbovu. Mtu anajua atokako aendako hakujui; na kule ni kwenye shughuli na kwenye shughuli kuna mengi, ngoja upate riziki," Hamisi Jodari alimsihi na kumsisitiza swaibu wake Juma Panzi.

"Asante bwana nitakula siku nyingine, ngoja niwahi," Juma Panzi alisema.

"Basi kunywa angalau madafu na chukua nazi mbili tatu na madafu ya hamu uwapelekee watoto nyumbani. Hii ni tunu." Hamisi Jodari alizidi kumsihi swaibu wake na hirim wake Juma Panzi.

"Aa! Mimi naogopa Bwana, wewe uliniambia kuwa shamba hili limekagwa. Je, nikila madafu ya watu si nitadhurika?" Juma Panzi alimuuliza Hamisi Jodari.

"La hasha! swaibu wangu si kwa hivyo. Kisichotakiwa ni kuiba si namna hii. Usihofu chukua tu," Hamisi Jodari alimtoa hofu Juma Panzi.

"Loh! Asante sana rafiki yangu. Kweli mguu wa kutoka Mtume kauombea na mwenda bure si mkaa bure, huenda akaokota.

Kwa vile nawahi msibani, nitaonja dafu moja tu, naomba unihifadhie yaliyobaki hapa hapa ndani ya hili pakacha. Nitaupitia mzigo huu nikirudi. Maana unajua hata kama hatukufunga hatutakiwi kula hadharani au bayana," Juma Panzi alimtahadharisha Hamisi Jodari na kumuomba amuhifadhie mzigo wake.

"Usijali rafiki yangu, hata ukitaka nikuhifadhie ndani ya tenga nitakuhifadhia," Hamisi Jodari alimuambia Juma Panzi.

"Lakini swaibu wangu kabla hujaondoka hebu nieleze, ni nini hasa kilichomsibu Dogoli hata akakutwa na umauti?" Hamisi Jodari alimuuliza Juma Panzi.

"Uongo si kazi, na msema kweli ni mpenzi wa Mungu; kusema '*ile haki lilahi*' mimi sijui. Wengine wanasema kuwa kafa kihoro kutokana na yaliyomsibu harusini. Si unakumbuka ya kuwa jogoo lake lilishindwa kupanda mtungi, wengine wanasema amerogwa kwa sababu yule mwanamke alikuwa ni mchumba wa mtu na hata ile hali iliyomtokea harusini inasemekana ni mkono wa mtu; ni huyo mchumba wake wa awali. Wengine wanadai katupiwa jini Makata na binamu yake kutokana na ugomvi wa mpaka wa shamba wengine wanadai, kachukuliwa msukule. Kuna wanaodai kuwa ni ugomvi wa mirathi, alimradi kila mmoja ana dhana yake. Kama ujuavyo mtu yeyote akifa hakukosekani sababu. Tuyaache maana usilolijua ni kama usiku wa giza na litakusumbua. Tumuombee marehemu maghufira," Juma Panzi alimueleza Hamisi Jodari.

"Lakini swaibu unaliona hilo wingu lilivyotanda mbele yako? Subiri ulipishe wingu," Hamisi Jodari alimwambia rafiki yake.

"Aaa! ngoja niwahi bwana, wingu hilo halitanyesha, hata ikinyesha itakuwa mvua ya rasharasha. Hizo ni mvua za mchoo, mvua zake ni za rasharasha. Ingalikuwa mvua za masika, vuli au mwaka kweli ingenyesha kubwa," Juma Panzi alimwambia mbuya wake Hamisi Jodari.

Baada ya Juma Panzi kuondoka na kupiga hatua kidogo, Hamisi Jodari aligundua kuwa Juma Panzi alisahau kisu chake wakati alipokuwa anakula dafu. Hamisi Jodari akapiga kikorombwe kumuita Juma Panzi. *pye...! pye...!* Juma Panzi nae akapiga kikorombwe cha kuitikia. Aliporudi Hamisi Jodari akamuambia Juma Panzi, "Angalia ala yako."

"*Lahaula alakuati!* kumbe nimesahau kisu! Asante swaibu wangu dafu lilikuwa tamu kiasi lilinichanganya hadi nikasahau kisu. Nipe nikichomeke kwenye ala yake."

* * *

Kifo cha Dogoli kimeleta huzuni kubwa si kwenye kijiji cha Mzambarauni na vitongoji vyake tu, bali pia na vijiji jirani. Kijiji chote cha Mzambarauni na vitongoji vyake, vilizizima. Si binadamu tu, waliopatwa kihoro na simanzi, bali hata wanyama, ndege, wadudu, pamoja na mimea vilikuwa na simanzi. Mbali ya ucheshi na ukarimu wake, Dogoli alikuwa hakosi kwenye shughuli yoyote ile pale kijijini na vijiji jirani, ama iwe ya furaha au iwe ya huzuni.

Waombolezaji kutoka sehemu mbalimbali, ndani na nje ya mipaka ya Mzambarauni walifurika katika kijiji cha Mzambarauni. Kaumu ya rika mbalimbali walifika kwenye msiba, si watoto si wakubwa, si wazee si vijana, si umati wa watu huo *bali kiama*! Umati huo umefurika kwenye msiba huo si tu kwa ajili ya ucheshi wa Dogoli, ushirikiano aliokuwa akiutoa kwa watu pamoja na kuhudhuria katika shughuli za majirani, bali pia kutokana na umaarufu wa familia ya hayati Mzee Madafu. Madafu pamoja na kuwa fisadi, mnyonge, mnyongeni haki yake mpeni; Madafu naye alikuwa mtu wa watu mbali ya kuwa maarufu katika kilimo, pia alikuwa msuluhishi wa mifarakano miongoni mwa kaya na koo katika kijiji cha Mzambarauni, vitongoji vyake na vijiji jirani.

Msiba wa ghafla huu, ulimchanganya kila mtu. Mama Dogoli ndio kabisa karibu aokote makopo. Kuna wakati Mama Dogoli alikuwa anauliza kibahaluli ambacho amekishika mkononi. "Natafuta taa yangu ya mdudu iko wapi?" Alikuwa akifoka huku akiwauliza wajukuu zake ambao walikua wakimcheka baada ya kushuhudia anauliza kitu ambacho amekishika mkononi.

"Si bure kuna mkono wa mtu," Kiombeo, Shangazi yake Dogoli alisikika akilia na kuomboleza kwa kulaani na kudai kuwa kifo cha mtoto wa kaka yake kimetokana na mkono wa mtu.

Makundi ya watu hasa akinamama waliingia msibani kwa vilio vya kila aina.

Mmoja wa watani akiwa macho makavu, alisikika akisema. "Kazaneni kulia atarudi naona kama anatingishika."

Baadhi ya akina mama walionekana wakijipanga nyuma karibu na nyumba ya msiba, wakicheka na kutabasamu wakati wakijitayarisha kuingia msibani.Walionesha dhahiri kuwa hawakuwa wanalia kwa uchungu bali walilia kama desturi au utamaduni. Walijitanda ushungi na kuanza kushauriana namna ya kulia, "Mwali anza wewe, anza wewe shoga, walikuwa wakitupiana mpira nani anze kulia. Mara mmoja akaanza kulia na wengine wakamuunga mkono". Oo, mama, ooh Dogoli wangu ee…" Wengine hata Dogoli mwenyewe hawajawahi kumuona wala kumsikia, wengine hata uhusiano wao na Dogoli hawaujui, wanalia kaka, wengine baba mdogo, wengine mjomba, alimradi tu mtu alie, na kwa vile wamejitanda ushungi hawaonekani machoni, huwezi kujua kuwa wanalia kweli au wanacheka na kutabasamu ama wanapiga kelele tu.

Kati ya wote waliolia shangazi mtu Kiombeo alitia simanzi alilia na kuomboleza kiasi waliokuwa na machozi ya karibu hawakuweza kuyazuia wakawa wanabubujikwa na machozi; wengine wakijaribu kuyafuta kwa leso lakini yakawa hayafutiki, yanatiririka tu kwenye mashavu.

Kiombeo akiwa amefunga kibwebwe cha kaniki kiunoni na nywele zake zilisukwa mtindo wa twende kilioni, mikono yake ikiwa imeshika kichwani karibu ya kichogo, akilia huku akiomboleza, alionekana dhahiri kuwa amechanganyikiwa. "Oooh baba yangu Dogoli, nitakwenda wapi mie? Wifi uko wapi, tumeumbuka wifi, oh! baba Selemani kuzimu ukoo unakwisha huku, jamani nitapokewa na nani mimi hapa Mzambarauni? Nitaitwa na nani shangazi, nitapokelewa na nani mimi? Nikija shangazi kaja. Dogoli uko wapi baba. Dogoli umefumba macho, siamini, siamini, Mwanamke kakuponza, wamefurahi sasa watamuoa, na hilo shamba wachukue tu." Ghafla Kiombeo, akapandisha shetani.

"Yeye, yeye ... Uu... Na ha ha... wapi wapi, Boi, Boi..." Mganga wa mashetani akatokea kumshika sikio.

"Hodi, hodi, hodi. Wewe nani?" Mganga alimuuliza shetani.

"Hee –he- hee- hehe mimi ruhani," Shetani alijibu.

"Unataka nini?" Mganga wa Mashetani akauliza .

"Kiti jeuri, nitaua boi na kiti, ameshindwa kutimiza ahadi." Shetani akajibu.

"Msamehe kwa leo hadi shughuli hii imalizike," Mganga akaomba.

"Haa- h- hapana-hapana, waungwana wanasema mji umechafuka," Shetani alisema. Kila jitihada zilizofanywa na mganga wa mashetani kumtuliza shetani wa Kiombeo zimeshindikana. Ikabidi shetani apigiwe ngoma ya maruhani. Mganga wa Maruhani akaitwa na Kiombeo akapelekwa mbali kidogo na nyumba ya msiba upenuni na kuanza kupigiwa ngoma ya maruhani. Mganga wa maruhani alianza kwa kuimba.

Kuna vita kuna vita
Kwa Selemani Daudi
Kwetu Bombo Mtende
Kwa Selemani Daudi
Kwetu Bombo Mtende
Kwa Selemani Daudi...

Wakati hayo yakiendelea, yakaingia madume matatu kwa kilio cha sauti nzito yakiomboleza huku yakigalagala chini kwenye mchanga.

Ni katika muda huohuo, washona sanda walikuwa wakiendelea na kushona sanda, na wachimba kaburi walikuwa wakiendelea kuchimba kaburi *maziarani*.

Wakatu huohuo wimbo wa maombolezi ulikuwa unaimbwa na akina mama:

Subuhana Maulanab yarabi Maulanax2
Aliyekufa afunikwe, Allha Subuhana Maulana
Afunikwe aoshwe, Allha Subuhana Maulana,
Aoshwe avishwe, Allha Subuhana Maulana
Avishwe Aswaliwe, Allha Subuhana Maulana

Aswaliwe azikwe, Allha Subuhana Maulana

Mara sauti ikasikika, "Waosha maiti ingieni mkaoshe maiti." Hayo yakisemwa, tayari kitanda cha kamba kimewekwa katikati ya ufuo, na kuachwa nafasi sehemu ya makalio kwa kupanua baadhi ya kamba na kuacha sehemu kubwa wazi tayari kwa kupitishia kinyesi au ngama wakati wa kuosha maiti. Maiti huoshwa kwa kukamua tumbo kwa nia ya kutoa kinyesi au ngama tumboni mpaka kifundo cha kiunoni kikatike, na kulia 'ka' na hivyo kuachia uchafu kutoka tumboni bila kizuizi na kumwagikia chini ya kitanda na kutiririka ndani ya ufuo. (Ufuo ni mfereji mdogo uliochimbwa chini ya mvungu wa kitanda hususan cha kambaa.) Wakati huohuo, ubani huwa unafukizwa kupunguza harufu ya uchafu toka tumboni. Kwa imani ya wakazi hawa, hii inafanya maiti iwe safi au iwe na udhu na wakati huo huo maiti inakua laini na kuzidi kulegea mithili ya mlenda.

Wakati maiti ilipokuwa inaoshwa, akajitokeza mtani wa kike kwa jina Mama Jamila amejifunga matambara tumboni na kuonekana kama mja mzito, "Jamani nina himila ya Dogoli; mninunulie nguo ya kulelea mimba," Ili hali akijua kuwa Dogoli hakuwa riziki, na hii ilikuwa kejeli ya aina yake. Kwa ghafla akatokea mwanamke mmoja akawa anamnong'oneza Mama Jamila jambo. Mara Mama Jamila akaendelea na utani.

"Nataka nirithiwe na Shehe Uzegeni ili tule sahani moja na Mwafulani ambaye sasa yu hoi taabani kitandani. Mmezidi ukoo huu kula kuku na mayai yake, imekuwa ndio tambiko lenu; mtamalizika kwa *kitigo*."

Rrrrrrrrrrrrrrrrrr!

Mara sauti ikasikika kutoka ndani kwa waosha maiti. "Haya maiti imeshaoshwa." Muosha maiti alitoa kauli hiyo na kuendelea, "Wanandugu waingie ndani kuangalia maiti kama imeosheka vizuri." Baadhi ya ndugu wa karibu wakaingia kushuhudia ubora wa maiti ya ndugu yao. Hiyo ndio desturi za watu hawa, maiti lazima ikaguliwe na wana ndugu wa damu kuthibitisha kuwa maiti ya ndugu yao imeosheka inavyo takiwa ndipo ruhusa itolewe kwa mazishi na taratibu nyingine. Baada ya maiti kukaguliwa na wanandugu, sauti ikasikika tena.

"Rukhusa," Waosha maiti wakauliza wana ndugu waliokwenda kukagua maiti. "Rukhusa, tumeridhika, maiti iko safi," wanandugu wakathibitisha.

"Leteni sanda tukafini maiti." Shehe mmoja alisikika akisema.

"Haya Mzee, Juma, Abdalla, Maliki, ingieni ndani tukakafini maiti, muda unakwenda," Shehe mwingine alisema.

Kabla ya maiti kukafiniwa wakaingia waombolezaji kutoka waliko toka. Kwa mshangao mkubwa, watu waliokuwemo ndani ya chumba cha maiti waliona maiti ikitoa jicho na kupindisha shingo upande. Ikazuka heka heka. Watu wakaanza kukimbia huko na huko na kukanyagana kwa hofu na woga. Mmoja wa wana ndugu waliokuwemo chumbani akasema "Jamani tupungue ndani." Watu wakaanza kutoka mmojammoja hadi maiti ikarudisha shingo sawasawa na kufumba macho. Mtu mmoja akasikika akisema, "Mmoja wa maadui wa marehemu alikuwemo ndani."

"Jamani maajabu haya. Leo kweli nimeamini maiti inaona na kusikia. Marehemu kamuona mbaya wake, *astakafilullahi*," Mmoja wa waombolezaji alisikika akisema.

Ikawa ndio gumzo kwenye hadhara yote ya msiba, "Haya yamepita leteni sanda tukafini maiti," Shehe mmoja alisema.

"Ngojeni kidogo tunamalizia kushona jamvi la tatu," Washona sanda walisema. Sanda ya mwanaume lazima iwe na pande tatu za shuka, ambazo huitwa majamvi, yaani majamvi matatu wakati sanda ya mwanamke ina shuka au majamvi mawili, kanzu moja, kitambi na ushungi.

Baada ya sanda kumalizwa kushonwa, inamwagiwa marashi tayari kwa maiti kukafiniwa. Maiti inapokafiniwa, inafungwa kamba tatu; miguuni, katikati na mwisho wa kichwa na sanda hutobolewa sehemu ya sikio la kulia na kuacha sikio la kulia nje. Baada ya hapo inaviringishiwa na mkeka na huo mkeka hufungwa kamba tatu tena, miguuni, katikati na mwisho wa kichwa. Wakati maiti inakafiniwa, jeneza linapambwa.

Baada ya maiti kukafiniwa iliwekwa ndani ya jeneza. Kama kawaida jeneza lilizungushwa shuka juu, kuashiria kuwa maiti ni ya mwanaume; ingekuwa ya mwanamke ingezungushwa kanga au tenge. Jeneza lenye maiti lilikuwa tayari kwa kutolewa nje ili kuswaliwa.

Wakati jeneza lenye maiti lilipokuwa linatolewa ndani *asteaste,* Shehe akawasihi akina mama waliokuwa mlangoni waondoke ama wajifunike kanga na kugeukia nyuma ili wasiliangalie jeneza.

"Haya mama zangu tupisheni au jifunikeni kanga." Shehe alitanabaisha. Kwa desturi za watu hawa wanawake hawaruhusiwi kuona maiti au jeneza na wala kwenda kaburini kwenye mazishi. Maiti ya kike huoshwa na wanawake na ni hao tu waoshaji ndio wanaoruhusiwa kuona maiti wakati wa kuosha. Aidha maiti haiagwi kwa waombolezaji kutoa heshima yao ya mwisho kwa kufunguliwa jeneza na kuona sura ya maiti. Kama ni lazima basi waombolezaji watapita kwa kulizunguka jeneza bila ya kufunguliwa na kuona sura ya maiti. Ni ndugu wa karibu tu ndio wanaofunuliwa maiti na kuangalia, na hii mara nyingi hufanyika kabla ya maiti kukafiniwa.

Baada ya jeneza kutolewa nje tayari kwa kusaliwa, Msimamizi Mkuu wa shughuli alipiga makofi kuashiria utulivu, ili atoe tangazo.

"Haya jamani tusikilizane," Msemaji Mkuu wa shughuli alisema: "Kwa kawaida kabla ya kwenda kuzika huwa tunapaswa tupate riziki yaani sadaka angalau hata kikombe cha uji, lakini kwa vile tuko katika mfungo wa Ramadhani au mwezi wa toba, hatutakula ila wenye msiba wanasema watafuturisha jioni. Kwa hiyo tafadhali wote mnakaribishwa futari jioni ya leo hapa msibani. Hilo mosi, pili, Marehemu aliishi hapa na ndugu zake, rafiki zake jamaa na majirani. Kama kuna mtu anamdai marehemu aseme na kama kuna anayedaiwa na marehemu pia aseme." Baada ya kauli hiyo, kukazuka kimya kama cha dakika mbili na upuuzi hivi, kuona au kusikia kama kuna mtu atajitokeza kwa dai lolote lile. Hata hivyo hapakutokea mtu na dai lolote. Msemaji akasema tena" kama mtu anaona soni, basi anaweza kuwaona wana ndugu wa marehemu baadaye."

Baada ya maneno hayo, maiti ilielekezwa kibla na kuanza kuswaliwa. Maiti ilipomalizwa kuswaliwa, jeneza likabebwa na kuinuliwa mara tatu na mara ya nne likabebwa kuelekea makaburini.

Sehemu ambayo jeneza lilipokuwa linapitishwa, watoto waliambiwa waingie ndani kujificha. Kwa kawaida watoto hawaruhusiwi kuona jeneza. Hii ni kwa mujibu wa mila na desturi za watu wa Pwani, ambao wengi wao hufuata kanuni za dini ya kiislam. Hii ni pamoja na watu wanaopishana na jeneza husimama ikiwa ni ishara ya kutoa heshima kwa maiti, na wengine hushika jeneza kama ada na kusindikiza msafara wa kwenda mazishini kwa hatua chache na kuendelea na safari zao au shughuli zao, na hata madereva husimamisha magari wanayoyaendesha ili kupisha msafara wa mazishi; na wengine hushuka na kushika jeneza na kulisindikiza hatua chache na kurudi kwenye magari yao na kuendelea na safari zao.

Watu walipofika kaburini, jeneza lilishushwa tayari kwa kuzika. Maiti ilitolewa ndani ya jeneza na kushushwa taratibu pembeni mwa kaburi. "Haya waingie watu wakulaza maiti ndani ya mwanandani wawe watu watatu, watano, saba, tisa, alimradi idadi yao iwe namba witiri," Shehe alitanabaisha.

Maiti ilizikwa kiubavu na kulalia ubavu wa kulia ndani ya mwanandani, na sikio la upande wa kulia, lililokuwa nje ya sanda sehemu ya sanda ilipotobolewa hulala mchangani ndani ya mwanandani. Kwa kauli nyingine, sikio la kulia linalala kwenye mchanga wakati uso unaelekea kibla.

Wakati tendo la kuzika linafanyika, baadhi ya watu walio kuwa mbali ya kaburi wakawa wanazungumza kwa sauti, hawakuwa wanasikiliza sala za maiti. Wengine wamesimama juu yamakaburi, wengine wamekalia makaburi. Mmoja wa watu waliokuwa pale kwenye kuzika, akapiga makofi kuashiri utulivu, "Jamani tusikilizane. Tumekuja kuzika si kupiga soga. Mazishi yanatutaka watu wote tuliokuwa hapa, tuwe kimya na watulivu, aidha tunapokuwa makaburini tunapaswa kusimama na si kukaa chini au kukalia makaburi. Mahala hapa anapolazwa mwenzetu pazito hapa, upasikie hivyo hivyo."

Baada ya kuzikwa na kusomewa dua ya maiti Shehe akasimama na kuanza kuwahubiria waliofika pale mazishini.

"Ndugu zangu tulio hapa leo tunamsindikiza mwenzetu na sisi ni marehemu watarajiwa. Hatujui baada ya hapa nani atafuata kati yetu. Inaweza ikawa wewe au mimi au jirani yako. Safari hii haina mmoja.

Duniani kuna sherehe tatu kuu. Sherehe ya kwanza ni kuzaliwa, sherehe ya pili ni kuoa au kuolewa na sherehe ya tatu ni kufa. Hii leo ni sherehe ya tatu ya Bwana Dogoli, na hii ni kwa kila mtu. Duniani ni sehemu ya kupita, makazi yetu ya kudumu yako ahera au kama wasemavyo wengine mbinguni. Kila nafsi itaonja mauti. Jambo la kujiuliza je, hapa duniani umefanya lipi la heri, yaani umechuma amali gani. Matendo yako mema ndiyo yatakufanya ukaishie mahala pema peponi. Hapa tumezika dongo tu roho inaenda mbinguni. Siku ya kiama litapulizwa baragumu wenzetu wanaliita parapanda. Siku ya kupulizwa hili baragumu, roho zote zitafufuliwa. Kila amali uliyochuma hapa duniani itawekwa hadharani, hata iwe ndogo kama punje ya mtama, na hata iwe kubwa kama jabali, pia itawekwa wazi. Siku hiyo ya kiama, viungo vyako vitakuwa mashahidi wa yale uliyoyatenda hapa duniani. Mathalani kama umeiba chakula, miguu itasema mimi, nilimpeleka. Mikono itasema mimi nilichukuwa pua itasema, mimi nilinusa. Mdomo utasema mimi nilikula; tumbo litasema, mimi nilisaga. Macho yatasema mimi niliona akiiba. Kwa hiyo ndugu zangu mjiwekee amali ambapo itawasaidia siku ya kiama, siku ya hukumu kwenye ukumbi wa Mungu. Huko ndiko kwenye usawa na haki. Hapa duniani tunadanganyana. Haki gani na iko wapi? Wewe ukiwa na kibanda, mwenzako ana kasri, wewe ukiwa na baiskeli mwenzako ana ndege, wewe ukila katu na tambuu, mwenzio anakula jibini na biriani. Usawa uko wapi? Ndio maana tunasema mtu aliyekufa, amekwenda mbele ya haki. Haki iko ahera na si hapa, hapa duniani tunadanganyana. Tusihadaike na vilivyomo duniani starehe iko ahera kwa wale watakaotenda mema na kwenda peponi. Watu watakao kwenda peponi watapata kila aina ya starehe, watakunywa maji ya zamzam, na kula vyakula vya kila aina. Kuna mahurulaini wa kila aina. Uzuri wa unyayo wa hurulaini ni sawa na uzuri na urembo wa mrembo wa hapa dunia.

Namalizia kwa kutoa shukrani kwa niaba ya wana ndugu. Wanandugu wanashukuru kwa kuja kwenu hapa na kushiriki mazishi ya mpendwa wao. Wao wanasema hawana cha kuwalipa ila mwenye enzi Mungu atawalipa. Hakuna tanga la watu wote, kutakuwa na tanga la wana ndugu, yaani tanga ndugu.

Kwa machache hayo asanteni sana ila wafiwa watafuturisha leo jioni, wote mnakaribishwa. Wale ndugu wa karibu wote mkitoka hapa mkusanyike nyumbani kwenye jamvi la msiba."

Baada ya maneno hayo watu wakatawanyika.

Kati ya waliohudhuria mazishi hayo alikuwepo Maalim Mkwaju na Bwana Mkebe ambaye ni maamuma.

Walipokuwa wanarudi kutoka makaburini, Mkebe akamuuliza Maalim Mkwaju maswali kadha wa kadha. Wawili hao walijikita katika maongezi.

"Hivi ni kwa nini wakati wa kuzika sanda ya maiti inatobolewa sikio la upande wa kulia?" Mkebe aliuliza kwa udadisi. Maalim Mkwaju akajibu: "Unajua watu wote wanaokufa huenda ahera kusubiri siku ya kiama. Siku ya kiama ndio siku ambayo wafu wote watafufuliwa kusomewa hukumu zao, kwa yale waliyoyatenda duniani. Siku hii, litapulizwa baragumu la kiama kuashiria siku ya mwisho, siku ya kiama. Kwa hiyo sanda hutobolewa upande wa sikio la kulia na hulalishwa chini tayari kwa kusubiri kusikia hilo baragumu ambalo litawaamsha wafu wote tayari kwa hukumu." Maalim Mkwaju alieleza.

"Kumbe! Kwani hilo sikio halitaoza?" Mkebe alizidi kuuliza.

"La hasha!" Maalim Mkwaju alidakia na kusema. "Halitaoza na kwamba kila kiungo siku hiyo kitarudishiwa uhai wake kama kilivyokuwa hapo awali. Kule ahera kuko kama gerezani. Kila mtu anapokufa hupangiwa sehemu ya kufikia wakati akisubiri siku hiyo ya kiama. Sehemu ya kufika huko ahera, hupangwa pale kaburini mtu anapozikiwa. Hapo kunakuwa na usaili wa awali. Usaili huo unafanywa na Malaika maalumu wa kusalia wafu kaburini. Huyo Malaika humjia maiti pale kaburini mara tu mtu wa mwisho kutoka kaburini anapofika mwendo wa hatua saba tu toka pale kaburini. Malaika msaili anamtokea maiti kaburini na kumhoji maswali kadhaa. Majibu ya maiti ndiyo yataamua marehemu afikie wapi huko ahera. Malaika huyu atamuuliza maiti, "Mungu wako nani? Kwa mtu aliyeishi kwa matendo mema na kumcha Mungu, atajibu Mungu wangu ni yule Mungu wa viumbe wote, Mwenye uwezo wa mwisho hapa duniani na ahera na katika Arshi zote; anayejua ya wazi na yaliyojificha; hakuzaa wala hakuzaliwa. Kwa Yule mtu aliyeishi duniani kwa kutenda maovu na hakuwa anamcha Mungu, atajibu, Mungu wangu ni wewe, hii ni kutokana na woga pamoja na hofu kutokana na maovu aliyotenda hapa duniani. Kwa jibu hili malaika msaili atampiga rungu la utosini hadi ardhi ya saba. Kutokana na majibu ya usaili huu, maiti itapangiwa sehemu ya kufikia huko ahera."

"Do! Kupigwa rungu hadi ardhi ya saba hafi au haumii?" Mkebe aliuliza.

"Huko hakuna kufa, kufa ni huku duniani. Huko kuna uzima wa milele, raha na mateso ya milele. Ukifanya mema hapa duniani utapata raha ya milele huko, na ukifanya maovu utapata mateso ya milele. Anapopigwa rungu anaumia na ndio adhabu za awali," Maalim Mkwaju alijibu.

"Ardhi ya saba iko wapi?" Mkebe aliuliza

"Ardhi ya saba iko chini kabisa ya ardhi hii tunayo kaa. Umbali toka ardhi moja hadi nyingine ni umbali wa mabilioni ya maili," Maalim Mkwaju alijibu.

"Hee! Huyo malaika na rungu lake ana nguvu za ajabu na hachoki kumpiga mtu hadi ardhi ya saba?" Mkebe aliuliza na kushangaa kama mtu aliyekutana na mfu aliyefufuka.

"Malaika huyu hupewa nguvu nyingi kwa uwezo wa Mungu," Maalim Mkwaju alijibu.

"Kwa hiyo pia, kuna mbingu ya saba," Mkebe aliuliza tena.

"Naam, swadakta kama ilivyokuwa ardhi ya saba na kuna mbingu ya saba." Maalim Mkwaju alijibu.

"Ahera ni nini na kiama ni kitu gani?" Mkebe aliendelea kudadisi.

"Ahera ni makazi ya roho ya mwanadamu baada ya kufa. Ukifa dongo au mwili unabaki duniani na roho inakwenda ahera kwenda kusubiri siku ya kiama. Kiama ni siku ya mwisho wa dunia. Siku hiyo baragumu au parapanda litapulizwa na roho zote zitafufuliwa na ndiyo hukumu itatolewa wakati huo. Watu wote waliokufa wanasubiri siku hiyo ya kiama ambapo amali zote mtu alizochuma duniani zitawekwa wazi, ziwe hata ndogo kama punje ya mtama ama kubwa kama jabali zitaoneshwa." Maalim Mkwaju alisema na kuendelea:

"Ahera imetengwa katika sehemu mbili kuu, Peponi na Jahanamu. Peponi ni mahala pa watu wema yaani kwa wale walio tenda mema hapa duniani. Peponi kuna starehe za kila aina: maji ya zam zam, vyakula safi na vizuri na burudani ya kila aina. Sifa kubwa ya peponi, ni kwamba kuna mahurulaini. Mahurulaini, ni wanawake wazuri na weupe kama waarabu au wazungu. Wanawake hawa ni maalumu kwa wanaume waliotenda mema hapa duniani. Unyayo wa hurulaini ni sawa na uso wa mrembo wa dunia. Jahanamu ni kwa wale waliomuasi Mungu. Huko Jahanamu kuna moto mkali sana wa kuwaunguza wote wale waliotenda maovu na kumkejeli Mungu. Jivu la moto wa Jahanamu ni sawa na moto wa hapa duniani. Malaika wa Jahanamu ni mkatili, mkali na hana hata chembe ya huruma na wala hana cha mswalie Mtume. Inasemekana tokea akabidhiwe funguo ya Jahanamu hajacheka wala kutabasamu, 'ndita' mtindo mmoja! Hiyo ndio sifa kubwa ya malaika wa Jahanamu, hana masihara. Chakula cha watu wa motoni ni miiba na maji ya kunywa ni ya moto yanayo chemka."

"Do! Masalale, naogopa. Yaani utaungua hadi lini? Kwani hakuna adhabu nyingine kama vile kuruka kichura, kupiga magoti, kukimbia n.k. ni moto tu. Hakuna starehe nyingine kama vile muziki, ngoma ulevi zaidi ya wanawake? Na ni wale weupe tu, weusi hawana bao. Na je, kwa upande wa wanawake hakuna Mahurulaini wanaume?" Mkebe aliendelea kudadisi.

"Hiyo haijasemwa katika kitabu cha Mungu, ila nao watapata starehe. Adhabu kubwa ni moto. Kama kuna nyingine haijasemwa." Maalim Mkwaju alisema.

"Loh! Masalale kazi ipo na tutakoma ubishi," Mkebe alishangaa.

"Ndio unatakiwa ujibidiishe kwa masuala ya dini," Maalim Mkwaju alimwambia Mkebe.

"Wanaume wamependelewa!" Mkebe alisema.

"Wanaume ndio wakosaji wakubwa. Na ndio maana unatakiwa umche Mungu ili uepukane na moto, ili ukapate starehe. Uswali, utoe zaka na ufanye mema yote anayoyataka Mungu," Maalim Mkwaju alisema.

"Katika vitabu vya dini mbona sisikii wala kuona vikitaja vitu vya huku kwetu Afrika au Ulaya? Vinaandika juu ya mizeituni, mitende na mizabibu ngamia na kondoo, mimea na wanyama wanaopatikana Mashariki ya Kati. Havisemi juu ya miyombo, mivule, mipera na kuku. Ina maana vitabu hivi ni kwa ajili ya watu wa Mashariki ya kati au Waarabu tu?" Mkebe aliuliza.

"Mizeituni mitende na mizabibu ni mimea iliyobarikiwa." Maalim Mkwaju alisema na kuendelea, "Mimea iliyobaki ni ya kishenzi. Na hutakiwi kuvisoma vitabu vya Mungu na kuvitafakari na kuhoji kama ufanyavyo hivi sasa, ni marufuku. Unatakiwa ukubali na kuamini kila lililoandikwa ndani ya vitabu hivi vya Mungu. Mungu hakosei na huwezi kumsahihisha Mungu. Dini ni imani. Unatakiwa kuamini bila ya maswali. Kuhoji na kutafakari vitabu vya Mungu ni kukufuru, na wote wanaohoji vitabu vya Mungu makazi yao motoni," Maalim Mkwaju alisema.

"Hivi Mungu kabla ya kuumba ulimwengu na vilivyomo alikuwa wapi na alikuwa akifanya nini?" Mkebe aliuliza

"*Astakafilulwahi, astakafilulwahi*," Maalim Mkwaju alipiga astafilulwahi na kusema, "Mungu kabla ya kuumba ulimwengu alikuwa akiumba au kutengeneza moto wa kuchomea au kuunguzIa watu wanaouliza maswali kama hayo yako."

"Hivi siku hiyo ya kiama watu wote wataenea huko ahera?" Mkebe alihoji.

"Wataenea na nafasi itabaki. Ukumbi au Arshi ya Mungu ni kubwa sana. Imejengwa kwa nguzo laki tatu na sitini. Kutoka nguzo moja hadi nyingine ni mwendo wa miaka laki tatu kwa farasi aendaye kasi kama kupepesa macho. Ili mtu atembee Arshi yote kwa farasi huyo, atatumia miaka bilioni mia moja na nane. Na kati ya kila nguzo moja kuna majangwa elfu kumi na mbili, na kila jangwa moja ni sawa na ukubwa wa dunia. Kwa hesabu hii, Arshi ya Mungu ina jumla ya majangwa bilioni nne na milioni mia tatu na ishirini. Hebu jiulize Je, ni dunia ngapi zinaweza kuingia katika Arshi ya Mungu. Jibu ni kwamba, nafasi itapatikana na kusaza." Maalim Mkwaju alijibu.

"Hivi kiama ni lini? Maana tangu nifungue macho nasikia kuwa kuna kiama," Mkebe aliuliza.

"Kiama ni kesho," Maalim Mkwaju alijibu.

"Basi hakuna kiama kwa sababu kesho haipo. Uliwahi kuiona kesho?" Mkebe alisema. Jibu hilo lilimkera Maalim Mkwaju na kumwambia Mkebe:

"Hebu piga 'astakafilulahi' kwanza na muombe radhi na msamaha Mungu wako. Kesho ya ahera si kesho ya hapa duniani unayoijua wewe; kama leo Alhamisi kesho Ijumaa la hasha! Siku za ahera si sawa na siku za dunia. Siku moja ya ahera ni sawa na siku trilioni kadhaa za dunia.

Tuyaache mazungumzo haya, tutakufuru. Tumuombee marehemu maghufira." Maalim Mkwaju alijibu.

"Swali la mwisho Maalim. Kule ahera watu watazungumza lugha gani?" Mkebe aliuliza.

"Kila mtu atazungumza lugha anayojua, lakini Kiarabu kimepewa kipaumbele. Na ndiyo maana kitabu cha Mungu kimeandikwa kwa lugha ya Kiarabu. Hata hivyo Mungu anajua kila lugha," Maalim Mkwaju alisema.

Mazishi yanaenda sanjari na kulinda ufuo. Ufuo huwa unalindwa kwa siku arubaini. Katika siku zote hizo arubaini, ndugu wa karibu wa kike kama mama, dada, shangazi huwa wanalala kwenye chumba cha ufuo kwa siku arubaini. Siku zote hizo arubaini, wahusika wanatia ubani asubuhi na jioni, na wakati huo huo taa inawaka usiku kucha hadi siku zote arubaini. Pamoja na mambo mengine ufuo unalindwa ili watu wabaya hasa walozi wasije wakauchota na kwenda kufanyia dawa ama kafara.

Baada ya siku arubaini kama ilivyokuwa desturi ya wakazi wa eneo hili, mtu anapokufa husomewa kisomo kinachoitwa arubaini, yaani husomewa arubaini. Mbali ya arubaini pia kuna hitima. Hitima inaweza ikasomwa wakati wowote hata siku ya tatu baada ya kuzika yaani siku ya fatiha, lakini arubaini husomwa baada ya siku arubaini za msiba kupita kwa maana siku arubaini baada ya marehemu kuzikwa. Hitima huweza kusomwa pamoja na arubaini. Arubaini ya Dogoli ilisomwa pamoja na hitima.

Kama ilivyo ada, watu wa eneo hili hushirikiana katika kila jambo ama la furaha ama la huzuni. Watu hupeana taarifa za matukio hayo ambayo huitwa shughuli, watu huenda kwenye shughuli au shughulini.

Arubaini na hitima ya Dogoli ililaliwa siku ya Jumamosi kuamkia Jumapili. Taarifa ya shughuli hii ilitolewa nyumba hadi nyumba kwa ndugu, jamaa na majirani.

"Hodi wenyewe!" Mmoja wa wana ndugu alibisha hodi nyumba hadi nyumba kutangaza shughuli. Alipoingia alianza kwa kusalimia.

"Habari za hapa jamani? Wakubwa shikamooni wadogo habari gani. Nimekuja kuwaarifu shughuli ya hitima ya marehemu Dogoli. Hitima itasomwa pamoja na arubaini. Hitima inalaliwa mtondogoo, Jumamosi kuamkia Jumapili. Kesho kutwa kuchagua mchele." Mtangaza shughuli alisema

Siku ya hitima ikafika na ada zote za hitima zilitimizwa kwa mujibu wa taratibu na imani za watu hawa.

"Haya Shehe dua; tia fatiha," Mmoja wa viongozi wa dini katika shughuli alisema. Mzee mmoja wa makamu aliyevalia kanzu ya huzurungi, koti jeusi kizibao na kofia ya salamaleko maarufu kama baraghashia, alisimama na kusogea kwenye sanduku au kinara. "Leteni ubani na chetezo," Shehe alitia ubani na kusoma dua kuashiria mwanzo wa shughuli na kisomo.

Baada ya ubani kufukizwa kisomo kikaanza. Vitabu vikaanzwa kugaiwa ili watu wasome. Wengine wakapokea na wengine wakaomba radhi kuwa hawako safi yaani hawana udhu, wengine hawajui, maamuma. Kisomo kikaanza kwa waliochukuwa vitabu wakiwa wanasoma kwa sauti ya chini chini kwa wakati mmoja. Ni vigumu kwa mtu kujua mtu fulani alikuwa akisoma kwa usahihi au alikuwa akitafuna midomo tu na hata pengine kutukana kwa nia ya kujipatia 'visenti' vinavyogaiwa kwa kila msomaji baada ya kisomo.

Ikafikia wakati wa kusoma *maulidi baraza nje*. Hapo watu wakaanza kugawana sura za kusoma maarufu kwa milango. Kiongozi Mkuu wa shughuli akasema. "Mlango wa kwanza utasomwa na Shehe kutoka Minazini, mlango wa pili utasomwa na Shehe kutoka Mkanyageni, mlango watatu na wanne, (mlango wa kiamu) na mlango wa tano utasomwa na wanazuoni kutoka Mgeninani, mlango wa sita utasomwa na Maalim Hanzuruni kutoka Mzambarauni, Mlango wa saba utasomwa na Mzee Jaribu." Huu ndio mlango wake kila siku. Kwa mzee Jaribu kuwa na mlango wake maalumu wa kusoma ina maana amekariri, akipewa mlango mwingine hawezi. "Kaswida itapigwa na Madrasa ya Shehe Hamduni."

Baada ya kumaliza kisomo Shehe akawauliza wenye shughuli, "Jamani kisomo kimekwisha rukhusa?"

"Hapana, ngojeni sadaka," Mmoja wa wana ndugu alijibu. Watu wakaombwa wakae *mkao wa kula*.

"Haya jamani kaeni mkao wa kula tupate '*tabaruku*'. Waandaazi wapangeni watu," Shehe alisema.

"Jamani kaeni katika safu, mkitazamana. Watoto njooni huku. Waandazi wanawisheni watu na kaleteni vyakula. Anzeni kwa Mashehe. Pitisheni ndoo ya maji kwa Mashehe kwanza." Ndoo ya maji ikawa inapitishwa kwa Mashehe katika safu za watu waliokaa wakitazamana, kila mtu akinawa ndani ya ndoo hiyohiyo moja ya maji, wengine wakinawa mikono miwili, wengine mmoja, wengine wanachovya vidole viwili tu, wengine kimoja na wengine wanagusa tu maji kama ada alimradi kagusa maji. Maji yamekuwa yanabadilika rangi kwa uchafu kadri ndoo inavyopitishwa katika safu za watu. Ikafikia hatua kiasi watu wakawa wananawa tope badala ya maji kwa uchafu.

Baada ya hapo msimamizi mkuu wa shughuli akaendelea kwa kuwahimiza waandaazi .

"Haya! pitisheni sinia za wali na pilau katikati, ongezeni mboga kwa mashehe. Pelekeni wali mweupe kwa Mashehe," Kwa Mashehe ni meza kuu lazima waangaliwe kwa karibu na kwa jicho lililo makini.

"Lete sahani moja ya wali wa nazi hapa," Mmoja wa waandazi alisikia akisema.

Mara ghasi, ugomvi na fujo vikazuka sawia upande wa watoto na vijana, wanagombea chakula. "Huyu amezoa nyama zote na huyu hapa anarudia," sauti ilisikika upande wa watoto na vijana. Mara sauti nyingine ilisikika upande mwingine wa vijana.

"Mm! nani kachafua hewa? Ushuzi unanuka huo hatari! 'Walahi' si mzima huyo aende hospitali."

"Acheni fujo. Kama mmeshiba ondokeni. Hamna adabu ninyi bilalifulu," Mzee mmoja wa makamo aliwafokea waliokuwa wakifanya fujo na kupigana.

"Ongezeni nyama na mchuzi kwa Mashehe," Mara sauti ilisikika tena upande wa watu wazima. "Hapa pia pakavu hakuna mchuzi," mtu mmoja alieleza.

"Wapi pakavu?" Mkuu wa shughuli aliuliza.

"Pangu pakavu," Mtu mmoja alijibu, ikawa ni vurugu tupu. Baadhi ya watu walisikika wakilalamika, "Hatujapata chakula."

"Chakula kimekwisha," Msimamizi wa shughuli alijibu na kuendelea "Aliyekosa si riziki yake. Sadaka ni kutengwa, ukishatengwa hata kama hukupata chakula tayari ni sadaka."

"Haya zamu ya akina mama kula. Watengeeni wakina mama chakula, Kwa desturi za watu hawa wanawake hutengewa chakula baada ya wanaume. Mara nyingi inapofika zamu ya akina mama kula huwa hakui na fujo, ghasi na malalamiko. Kunakuwa na utulivu na nidhamu ya hali ya juu. Baada ya sadaka watu wakatawanyika.

SURA YA SITA

Kumsaka Mchawi

Kutokana na kifo cha utata cha Dogoli, wanakijiji wakaamua kufanya mambo manne. Mosi kufanya kafara, pili kutambika, tatu kuita *wazuza* wa kutoa uchawi, na nne kutuma watu ughaibuni kwenda kwa waganga wa tunguri maarufu kwa buyu, waganga wa kitabu, wakiwemo wapiga bao au ramli, na watabiri wakaangalie kulikoni juu ya kifo cha Dogoli na mikosi inayokiandama kijiji.

Wanakijiji wakaafikiana kwa yote hayo, na wakaamua kuanza na suala la kufanya kafara.

Katika kufanya kafara, mganga wa kafara alitafutwa na kuja kufanya kafara. Mganga wa kafara alihitaji '*vingila*' (vitu vya kufanyia kafara) ili zoezi hilo liweze kufanyika. Mganga huyo aliwatajia vitu vyote alivyovihitaji.

Mbuzi dume jeusi lisilokuwa na doa, kitambaa cha sanda mikono saba, kitambaa cha bafuta dhiraa tatu, mchele kilo tano, ubani zukuri robo kilo, ubani maiti robo kilo, sandarusi kipimo kimoja, zinduna na ambari vipimo viwili kila kimoja, maji ya bahari chupa mbili, maji ya '*zamzam*' chupa moja, maji ya mrashi chupa moja, buhuri, nazi saba, mayai viza matano na ndizi kipukusa saba.

Kafara lilipangwa kufanyika njia panda usiku wa manane wa Alhamisi kuamkia Ijumaa.

Wazee wote wa Kijiji cha Mzambarauni walijumuika kwenye eneo la kafara.

Muda wa kafara ulipowadia, mganga wa kafara alianza kufanya kafara kama ifuatavyo.

"Kwa jina la Mwenyezi Mungu, mwingi wa rehema na amani, muumba wa viumbe vyote vyenye uhai na visivyo na uhai, vinavyo onekana na visivyo onekana, tunakuomba uondoe mikosi balaa na kila ovu lililolengwa kwenye kijiji chetu cha Mzambarauni na vitongoji vyake. Ewe Bwana wa Mabwana, mwenye kiti cha enzi unayemiliki kila kitu, vile vinavyoonekana na visivyoonekana, tunakuomba utuondolee mikosi na jitimai lililozingira kijiji chetu, ukibariki kijiji chetu na kila kilichomo ndani yake."

Mganga wa kafara alipomaliza kutamka hayo, aliamuru yule mbuzi achinjwe na damu kuchanganywa na maji na kisha mchanganyiko huo ulinyunyuziwa watu wote waliokuwepo pale, na halafu nyama ile ya mbuzi ikagaiwa kidogo kidogo kwa wote wale waliofika kwenye eneo la kafara. Kitendo hicho kilifuatiwa kuvishwa uzi wa kitambaa cha bafuta mkono wa kushoto kila mwanakijiji. Baada ya kumalizika kwa kafara hilo, watu wakatawanyika na kila mmoja akarudi nyumbani kwake.

Siku chache baada ya kafara kupita, tendo lililofuata lilikuwa kufanya tambiko. Wazee wa jadi walipanga na kukubaliana kuwa tambiko ifanywe siku ambayo watu huenda kufagia makaburini au wenyewe huita '*maziarani*' wakati wowote kuanzia asubuhi hadi jioni sanjari na malimati jioni, sadaka ambayo hutolewa kwa marehemu katika siku kumi za mwanzo wa mfungo tatu. Kwa vile siku hii iliangukia Jumanne, ilibadilishwa na kufanywa siku ya Jumatano kwa sababu Jumanne ilihesabiwa kuwa ni siku ya mkosi. Tambiko ilihitaji vifaa mbalimbali ili liweze kufanyika. Walihitaji vitu kama doti ya kaniki, maradufu mikono miwili, pishi ya mtama, pombe, togwa na kuku mweupe.

Tambiko lilipangwa kufanywa chini ya mgude au mfune uliopo juu ya kichuguu.

Ilipowadia siku ya Jumatano alfajiri, wanaume kwa wanawake, watoto kwa wakubwa wazee kwa vijana walijihimu alfajiri na mapema na kukusanyika chini ya mgude, tayari kwa tambiko. Kiongozi wa tambiko alianza kutambika kwa kunena yafuatayo ya tambiko.

"Tunaomba mizimu na Mungu tuondolee maovu, shida na mikosi mbalimbali na jitimai iliyokumba kijiji chetu. Tunaomba mababu na mabibi zetu, wahenga wetu na *wahenguzi*, mtuombee kwa Mungu tupate baraka zenu. Huko mliko msikasirike. Leo tunawatolea sadaka hii na kuwatilia ubani tunawaomba wahenga na *wahenguzi*, msikie kilio na maombi yetu. Maneno hayo yalifuatiwa na nyimbo za mzimu wa *Kisasa*.

Mkwazu ee, Mkwazu ee,
Mkwazu ee Mkwazu ee,
Mkwazu nane, kale na kale,
Mkwazu niye mganga,
Mkwazu kale na kale,
Mkwazu niye mganga…

Ukagone, ukagone, ukagone!

- Tafsiri ya wimbo huu ni:

Mkwaju ee mkwaju ee

Mkwaju tokea zamani, Mkwaju ndiye Mganga (Mkwaju ni mti wa mkwaju).

Ukagone, ukagone ukalale, ukalale, ukalale yaani mzimu utulie usifanye matata.

Mzimu wa kisasa ukafuatiwa na manyanga na nyimbo zake.

Tuntu, tuntu ngoma msindo,
Mani na mani yana lukolo
Tuntue, tuntu ngoma msindo
Mani na mani yana lukolo...

Wimbo huu kwa lugha ya Kiswahili unaimbika.

Tuu, tuu ngoma ni mshindo

Majani na majani yana ukoo. Yaani hata majani yana ukoo kama vile binadamu.

Baada ya kufanyika kafara na tambiko, ikawa zamu ya kuwaita wazuza. Wazuza ni waganga wanaobaini na kutoa uchawi.

Suala la kuwaita wazuza, yaani waganga wa kubaini uchawi na wachawi na kuondoa uchawi lilifurahiwa na kupokelewa kwa mikono miwili katika Kijiji cha Mzambarauni na vitongoji vyake vyote.

Wazo lilitolewa kuwa wazuza wasiletwe pale Mzambarauni tu bali na vitongoji vyake na vijiji jirani. Hii ni kwa sababu kijiji chote cha Mzambarauni na vitongoji vyake na vijiji jirani vimegubikwa na kuhemewa na mambo ya ulozi.

Siku kumi baada ya tambiko, wazee na serikali ya kijiji cha Mzambarauni wakakaa pamoja na kupanga utaratibu wa kumuita mmoja wa wazuza ambaye walimuona ya kuwa ni mahiri katika kubaini uchawi na wachawi yaani kuzuza. Katika mjadala huo, wakawataja pia wazuza mahiri waliotangulia ambao hawapo tena kwa sasa. Wazuza hao ni pamoja na Kabwele, (sikitiko wachawi) Nguvumali, Maua, Mandondo, Tekero hadi Manyaunyau n.k. Hao ni miongoni mwa wazuza waliovuma sana enzi hizo. Kijiji kikafikia uamuzi wa kumwita Mzuza Zangara.

Kibali kikaombwa kwa Mndewa wengine wakimuita Zumbe na wengine wakimuita Mtawala.

Siku ya tatu baada ya makubaliano hayo, kijiji kikamtuma mpiga mbiu mashuhuri wa kijiji, Mzee Lomba Lakabu Midabwada. Naam! Midabwada akaanza kunadi mbiu yake.

"Haya wananchi wa Mzambarauni na vitongoji vyake kumekucha. *Mbiu ya mgambo ikilia ina jambo; kisonoko mtambaa na ukoo, wenzangu wakila wali mimi naambulia ukoko; asiye na mwana aeleke jiwe.* Tarehe kenda mwezi wa kenda mtondogoo, Zangara atawasili kijijini Mzambarauni kuzuza. Watu wote wanatakiwa kufika viwanja vya shule bila kukosa, kuanzia saa nne asubuhi. Kila mmoja afike watoto, wakubwa wazee vijana na hata vikongwe pamoja na ajuza mchukue mikongojo yenu mjikongoje asiye na mwana abebe jiwe. Zangara atakuja kuzuza kijijini petu!"

Lomba maarufu kwa jina la Midabwada akipiga mbiu huku anafanya vichekesho pamoja na kucheza kwa mtindo wa kukata viuno huku nyuma akiacha msururu wa watoto wakimfuta na kumtania. Wakimuita Midabwada hujibu, "Ndiyo iliyonikuza, aliyekupa wewe kiti ndiye aliyenipa mimi kumbi na bura yangu sibadili na rehani." Na ukimuita Hamjanywa hujibu, "mkanywa mtalewa; nilipokuwa asali bin utamu watu walikuwa wanaramba na kurudia sasa nimekuwa tingatinga magari yanapita tu, naam twaibu, *shabaashi; 'astakafiruladhim., kufa kumenilazimu na kufa hakuna breki,"* na ukimuita mjomba atajibu, "Mkia wa komba ukiuchezea utakukomba." Hayo ndiyo manjonjo ya Midabwada anapopiga mbiu na kuonesha kuipenda na kuifurahia kazi yake. Kutokana na vibweka vyake, amekuwa kivutio kikubwa katika Kijiji cha Mzambarauni na vitongoji vyake pamoja na vijiji jirani. Aidha wakati akipiga hiyo mbiu, watoto humfuata nyuma wakimtania na *kumjambisha* na huacha msururu wa watu nyuma yake.

Wakati Midabwada akiendelea kupiga mbiu nyuma aliacha minong'ono ya watu hasa akina mama. "Sawa bwana afadhali aje bwana kijiji hiki kimezidi uchawi. Ukilala ukiamka mwili wote mavune, kutokana na kuchezewa na wanga usiku; kubeba mizigo mizito, kulima na kufanya kazi za suluba usiku kucha. Tumechoka, watu wanawanga usiku mzima; mchana binadamu usiku paka na fisi ka ptu!

Siku moja kabla ya msiba wa Dogoli hatukulala. Usiku kucha bundi na mpasua sanda wamekuwa wakilia kuashiria msiba. Hatuna amani kamwe, tunaishi kwa shaka na mashaka. Ngoja aje Zangara, mwanaume wa shoka aje tuone mbivu na mbichi. Tutawaona hao mwafulani, hiyo siku ya siku. Tupo kama hatupo tutasikia na wachunga mbuzi au ngo'mbe tukiwa makaburini." Mama mmoja wa makamo alisikiwa akilalamika.

Hayawi hayawi yamekuwa. Ilikuwa siku ya Ijumaa mshuko wa isha Zangara aliwasili kimyakimya katika Kijiji cha Mzambarauni. Usiku ule alikutana na wazee wa kijiji na serikali ya kijiji kujadili mchakato wa zoezi zima la kubaini uchawi na wachawi, litakalofanyika kesho kutwa Jumapili kuanzia milango ya saa nne katika eneo la viwanja vya shule.

Usiku wa kuamkia Jumapili, watu hawakulala hata wale wenye usingizi wa pono hawakupata usingizi wa maana; wengi walilala usingizi wa mang'amung'amu. Usingizi uliwapaa, na wengine walijiwa na ndoto za jinamizi. Kijiji kizima kilizizima.

Gumzo na mazungumzo yote yalikuwa juu ya ujio wa Zangara.

Wakati watu walivyokuwa wanasubiri usiku wa kuamkia Jumapili uche, Zangara alikuwa akifanya dawa zake, akiwa amejifunga majani makavu ya mgomba kiunoni na njuga miguuni.

Jua lilipoanza kupasua wingu yaani mawio, watu wa kijiji cha Mzambarauni na vitongoji vyake wakaanza kwenda viwanja vya shule mmoja mmoja, wawili wawili na katika vikundi. Walianza kukusanyika katika viwanja vya shule kama kumbikumbi wa masika. Watu wakawa wanaongezeka kadri ya muda ulipokuwa unakwenda. Ilipofika mishale ya saa nne, Zangara na wasaidizi wake wakaingia uwanjani kwa namna ya ajabu. Walianza wasaidizi wake wanne, mmoja akitokea kila pembe ya uwanja, upande wa Kaskazini, Kusini, Mashariki na Magharibi mwa uwanja. Alianza wa Kaskazini, akafuatia Kusini. Baadaye wakafuatia wawili mmoja akitokea Mashariki ya uwanja na mwingine Magharibi ya uwanja na wote walitembea kinyumenyume na kukusanyika katikati ya uwanja.

Kaumu ilikusanyika kwenye kiwanja cha shule tayari kwa zoezi la kubaini uchawi na wachawi. Zangara kabla ya kuanza kazi yake, alianza kwa kuzunguka uwanja huku akirusha vitu mithili ya ufuta na kusema maneno yasioeleweka na huku akiimba wimbo wa kichawi.

Baadaye aliruka tena katikati ya kiwanja, na kukusanyika na wasaidizi wake. Alionekana akiteta neno na mmoja wa wasaaidizi wake, na kuanza kutoa nasaha kwa umati uliofurika pale kiwanjani.

Ulikuwa ni umati wa watu, si watoto si wakubwa si wazee si vijana si utitiri wa watu huo! Zangara akaanza kwa kusema, "Ndugu zangu wanakijiji cha Mzambarauni na vitongoji vyake na vijiji jirani, leo tuko katika shughuli ya kubaini uchawi na wachawi pamoja na wanga katika kijiji chenu na baadaye kukizindika kijiji hiki. Lakini kabla ya yote naomba wale wachawi na wanga walete na wasalimishe uchawi wao hapa. Nawapa nusu saa wakachukue uchawi huko walikouficha, la sivyo wataumbuka, na leo ndio utakuwa mwisho wao wa kuroga na kuwanga."

Baada ya maneno hayo ya wazi na mafupi, pakazuka ukimya wa ajabu na wa kutisha. Kila mmoja akiangaza na kupepesa macho huko na huku wakitaka kushuhudia nani atatoka kimya kimya au waziwazi kwenda na kuleta uchawi wake. Minong'ono ikaanza kuzagaa; fulani hayupo, fulani hayupo. Unaona hawapo hapa ni walewale magwiji walengwa, wanaotetwa.

Ilipofika mishale ya saa tano na nusu, ngoma na nyimbo za kiuchawi na kiuwanga zikaanza kupigwa na kuchezwa.

du du du, du, du! (ngoma)
yumwenga na afe yu mwenga na hone
chiwaache mngubele, chiwache mngubele
yumwenga na afe, yumwenga na ahone
chwaache mngubele, Chiwaache mngubele
yuno akunga asikilize muhulungwa
Wasai eee Wasai wee

Tafsiri ya maneno yaliyokuwa yakiimbwa katika ngoma hizo kwa Kiswahili ni:
Mmoja atakufa na mwingine atapona
Tuwaache waliokamilika [wasiorogeka]
Huyu atakaemaliziwa ni wa mwisho.
Wimbo huo ukafuatiwa na ule wimbo maarufu wa wanga mahepe.
sepetu sepetu mahepe, mtoto akilia mlete,
sepetu sepetu mahepe, mtoto akilia mlete,
kidole cha mwisho kitamu...

Kabla ya wimbo huo haujafika tamati, baadhi ya watu wakaanza kujiwa. Ghafla akatokea mama wa makamo na kuanza kupiga kelele. "He, he! ngoja niseme. Mimi nimeua kaumu, ngoja nikachukue mkoba wangu kama mnabisha muone."

Kufumba na kufumbua, yule mama alirudi na mkoba uliozingirishwa kwa ngozi ya fungo pamoja na chungu kikubwa kilichofunikwa gubigubi na sawia akaanza kuropoka mithili ya mtu aliyekunywa pombe kali na kulewa chakari.

"Mimi nimemuua Gogo na mkewe, nimemuua mtoto wa Dumwe."

Wakati anasema hayo, alikuwa akitoa vitu na vikorokoro vingi kutoka kwenye mfuko wake zikiwemo tunguri, hirizi, viganja vya watoto wachanga wa kawaida na mazeruzeru. Alipofungua chungu watu walitaharuki walipoona fuvu la kichwa cha binadamu. Acha watu wakimbie huko na huko. Bwana mmoja akamrukia yule mama huku akiwa na rungu la mpingo mkononi. Watu walimzuia na *Mzuza* Zangara akamsihi asifanye hivyo. "Acha, utaniharibia kazi, usimpige ameshapigwa na Mungu na dawa zangu," Zangara alimsihi yule bwana mwenye rungu.

Mara wakatokea watu wawili, shaibu na ajuza nao wakaanza kuropoka na kusema ovyo, pamoja na kutaja maovu waliyofanya. Akaanza shaibu *kurakanya*: "Mimi kwangu nimeweka misukule watu kumi na tatu, nimekopera shamba la Mzee Mbugusa, shamba la Mzee Mtori."

Yule ajuza alipotea kwa muda na aliporudi alibeba vichanga vitatu. Loh! Masalale hapo ndipo aliamsha hasira za watu, pakazuka heka heka kubwa. Tukio hilo, liliamsha mori na hasira za watu kemkem. Baadhi ya watu wakataka kumrukia yule ajuza lakini *Mzuza* akawazuia. Pakazuka *tantabelua*, ghasia mtindo mmoja.

"Angalia hawa malaika wa Mungu wamefanya nini *yarabi!*" Watu wakaanza kunyoosheana vidole na kuwekeana upasi, uhasama na vinyongo.

Shughuli ya kubaini uchawi na wachawi ilipokwisha, Mzuza Zangara akaonya yeyote atakaye thubutu kumroga mwenziye atakiona kilichomtoa kanga manyoya shingoni. Maneno hayo yakafuatia na Zangara kunyunyizia dawa kwenye visima vya maji na kuzindika kijiji kizima. Kila mtu aliridhika na wakaondoka kila mmoja kuelekea nyumbani kwake.

Baada ya kufanya kafara, tambiko na kuwaita wazuza, kijiji kikapanga msafara wa kwenda ughaibuni kuwatafuta magwiji wa uganga wa jadi na wapiga ramli. Kijiji kiliwatuma wazee wawili maarufu na wa kuaminika, pale kijijini. Mzee mmoja alitumwa Matlai na mwingine Magharibi.

Maeneo waliyotumwa ni yale yaliovuma na kuaminika kuwa na magwiji wa uganga wa jadi na wapiga ramli maarufu yaani mafundi.

Upande wa Matlai, alitumwa Buruhani na Magharibi alitumwa Sufiani. Upande wa Magharibi kulisifika sana kwa waganga wa tunguri, majini na wapiga ramli kwa kupandisha mashetani; upande wa Mashariki ulisifika sana kwa wapiga ramli za vitabu maarufu kwa falaki, utabiri na kuangalia nyota.

Kabla ya wajumbe wawili hawa kuanza safari zao, wakatafutwa waalim, wanazuoni na waganga wa nyota walioko kijijini Mzambarauni na viunga vyake ili kuangalia nyota za wajumbe hawa na siku nzuri za safari.

Hata kabla ya kuangalia siku na saa nzuri ya kuanza safari, kwa kawaida siku ya Jumanne ilihesabiwa kuwa ni siku ya mkosi; na saa saba si muda mzuri wa kuanza safari kwani muda huo ni muda wa kwenda kwenye ibada. Muda huo binadamu, majini na malaika huwa katika hekaheka za kuwahi nyumba za ibada. Kwa hiyo waweza kupigwa kikumbo au kofi na shetani akiwahi kwenye ibada. Imani hii nguvu yake inakuwa maradufu kwa siku za Ijumaa. Ni katika imani kama hizo, wenyeji wa maeneo haya kila wanapotaka kufanya jambo au kusafiri, lazima waangalie bao na nyota na pia kufasiri ndoto walizoziota usiku; wenyewe wanasema wanasafiri kwa Manzili. Kutokana na imani hizo, zikaangaliwa nuksi za mwaka, nuksi za mwezi, nuksi za wiki, nuksi za siku na nuksi za saa. Aidha zikaangaliwa nyota za kila mmoja wao. Kutokana na kuangalia nyota hizo, ilionekana kuwa Sufiani asafiri siku ya mwezi sita, Jumatano, mwezi, Muharamu saa tisa alasiri; Buruhani aanze safari yake mwezi tatu, siku ya Alhamisi mfunguo tano saa kumi na moja alfajiri.

Sufiani alianza safari yake kuelekea Magharibi kwa Mganga wa tunguri. Alisafiri kwa muda wa siku kumi na nne, siku ya kumi na tano, aliwasili katika viunga vya fundi au mganga Masanilo, maarufu kwa jina la Katunguri. Jina hilo limetokana na kuagua zaidi kwa kutumi tunguri. Ana aina nne za tunguri. Mkopi Kinyang'anyi, Mantumbo, Kasodo na Mangube.

Mkopi kinyang'anyi ni tunguri ambayo ukichanjwa nayo unaweza ukamkopa mtu fedha au kumuazima mtu kitu na usimlipe au usimrudishiye miaka yote; utaendelea tu kumkopa na humlipi.

Akikuona anasahau na ukitaka kukopa, anakukopesha tena. Baada tu ya kuondoka, nyuma anakumbuka kuwa una deni lake. Ukirudi na kumuona tu anasahau. Hiyo ndiyo tunguri, Mkopi kinyang'anyi. Tunguri hii, ukipewa kuramba tu bila ya kuchanjwa au kuaguliwa nayo, unalipa mbuguma ya mbuzi; yaani ukipewa kuramba tu bila ya hata kuaguliwa, gharama yake ni mbuguma ya mbuzi.

Mantumbo ni tunguri ya ndere yaani ya kufanya mtu apendwe kimapenzi au kazini na hata watu wa kawaida. Inasemekana kama utachanjwa tunguri hiyo kwa mapenzi basi huyo mpenzi wako atakupenda hadi anakuwa mtumwa wa mapenzi, atakutimizia chochote utakacho, hata ukitaka awaue wazazi wake au awafukuze wazazi wake na ndugu zake atafanya hivyo.

Kasodo ni tunguri ambayo ni kinga ya kila aina; kuanzia kinga ya nyumba, mwili, shamba na kila jambo. Tunguri hii ina uwezo wa kumfungulia mtu aliyelala ndani na ukamfanya lolote utakalo; unaweza ukamuibia, ukamnyoa nywele za kichwani na za sehemu za siri na kisha ukamtoa nje na asubuhi akajikuta yuko nje. Ni tunguri hii Kasodo ambayo inaaminika ya kuwa inaweza kufanya mtu aingie dukani na hata benki na kuiba fedha bila ya kuonekana.

Mangube ni tunguri ya kuzuia kila aina ya matatizo, kutabiri, kufunga kesi isisemwe na hata kufutwa kabisa, hata iwe kesi ya mauaji. Tunguri hii pia inatumika kupandisha cheo kazini.

Sufiani alifika katika viunga vya fundi Masanilo na kupokelewa na wasaidizi wa fundi huyo. Alikaribishwa kwenye banda la wateja wanapokaa kusubiri kuingia ndani kwa mganga au fundi Masanilo. Hatua ya kwanza ni kuitwa wateja watatu watatu kwenye sebule ya kuingilia ndani kwa Masanilo. Banda lenyewe la mgongo wa tembo limeezekwa kwa kumba, kiambaza cha fito kilichokandikwa kwa udongo. Bwana Sufiani alikuwa mtu wa tatu akisubiri zamu yake ya kuingia chumbani kwa mganga Masanilo. Sufiani alikaa kwenye kiti na kuigamia kiambaza cha ukuta wa chumba anachoagulia mganga Masanilo. Akiwa katika nafasi ile, Sufiani, alisikia sauti ya mganga ambaye kwa wakati huo alikuwa akimtibia mwanamke mmoja wa makamo. Sauti na maneno ya mganga aliyokuwa akiyatamka yalikuwa ni ya kijini na kishetani na hayakueleweka kwa Sufiani na kwa mwanamke aliyekuwa anaaguliwa. Maneno hayo yalikuwa ni tabano. Akiwa katika nafasi ile, kwa mbali Sufiani pia aliona mganga akiweka tunguri kichwani mwa yule mwanamke na kutabana;

Haika haika kulume na kumoso,
suwe si waganga, mganga ni Mnungu,
chikalagula chaomba wazimu na Mnungu,
chakusigila kulume na kumoso,
Mtimize yuno mnala shida zakwe,
Chenga ndima chenga chilozo.

Tafsiri ya maneno hayo ya tabano kwa lugha ya Kiswahili ni;

shime shime kulia na kushoto,
sisi si waganga, mganga ni Mungu,
tunapoagua tunaomba mizimu na Mungu,
tunakuagiza kulia na kushoto,
wewe tunguri Mantumbo,
mtimizie huyu mama shida zake,
kama kazi na kama ajabu au kioja.

Baada ya hapo mganga, alimkabidhi yule mama ile tunguri Matumbo ili aiambie shida zake zote.

"Haya mama shika hii tunguli sema shida zako zote, usiogope, huko kucheza kwa tunguri kusikuogopeshe. Hivyo inavyocheza au kutingishika ndivyo inavyosema, na baadaye itatoa sauti. Baada ya maneno ya mganga Sufiani alisikia sauti ya yule mama ikaimbia hiyo tunguri shida zake. "Mimi Kombora Kijaluba, shida yangu nataka mume wangu Sefu asiwe na kauli mbele yangu, nimtawale, nitakachosema akubali, mimi ndiye niwe na kauli na uamuzi wa mwisho katika nyumba. Nataka awafukuze ndugu zake wote pamoja na mama yake kwani wana midomo, hasa yule wifi yangu ana mdomo kweli, maana yeye kwa kuchonga mdomo ni hatari! Utadhani yeye ndiye aliyeolewa. Nataka mume wangu akipata mshahara anikabidhi mimi, na mimi ndiye nipange matumizi. Aidha nataka asitoke nje ya ndoa, kila mwanamke amwone kama takataka mbele yangu au amuone kama dada yake na ikitokea kukutana na mwanamke wa nje, jogoo lake lisipande mtungi; jogoo lake liwe na nguvu kwangu tu na si kwa mwanamke mwingine."

Baada ya yule mama kutamka maneno hayo, mganga akaendelea na sehemu ya pili ya tabano lake lakini akatabana kimoyomoyo.

Mganga alipomaliza kutabana, ghafla tunguri ilitoa mlio wa uluzi na kusema maneno ambayo labda alikuwa anayaelewa mganga tu maana alisikika akiitikia, taile! Taile!

praa, praa sabin, sabin –Taile!

shabraa shabraa trii –Taile,

sapna krii po po-Taile,

Kama ilivyo kwa baadhi ya waganga wa jadi wasiokuwa na maadili, Sufiani alisikia mganga akimuamrisha yule mama avue nguo zote ili amchanje chale.

"Mama hii ni kazi na hakuna kazi nyepesi; na kupata siku zote kugumu. Unapokwenda hospitali kufanyiwa operesheni huna budi kuvua nguo zote ili tabibu acheze na mwili wako apendavyo. Hali kadhalika katika tiba zetu mbadala ni vivyohivyo. Hapa hakuna cha aibu, aibu na njaa si mwenzie. Hii ni dawa na ili ufanikiwe inabidi ukubaliane na tiba zetu zote na masharti yake yote. Ashakum inakupasa uvue nguo zote ili uchanjwe chale ishirini na moja: chale saba kwenye ulimi, chale saba usoni na chale saba chini ya kinena; sehemu za siri, kwa sababu huko ndiko mapenzi yanakofanyika; na wewe unataka upendwe na mumeo. Pia, mama umedai hushiki mimba, na ndio kisa ndugu wa mume wanakunyanyapaa na kukusema unajaza choo tu cha mtoto wao. Manyanyaso yote hayo yatakwisha. Mimi ndiyo fundi Masanilo, gwiji la uganga," Mganga Masanilo alitamba na kujinasibu. "Sogea hapa mama." Masario alisema.

Mara sauti ya mganga ikasikika. " 'Mashalla,' Alihamdulilahi si haba mama, Mungu kakupendelea, mzee anafaidi," Mganga alitongoa maneno hayo yaliyolenga kumtamani mteja wake. Mganga akaanza kumchanja chale yule mama na huku akiimba nyimbo za mashetani.

Baadaye kukazuka kimya cha kutia hofu. Sauti ya minong'ono, mihemo na migumio ya kimapenzi pamoja na sauti za mahaba zilisikika kwa mbali.

"Mganga basi yatosha mume wangu atajua." Mteja alisema.

"Ngoja nimalize kidogo mama. Nina kizindika kitendo hiki hawezi kujua kamwe." Sauti ya mganga ilisikika huku inagumiagumia na 'mabengo mabengo' na migumio ya mahaba mazito ikasikika kuashiria kuwa mganga anachuna ngozi. Kwa ghafla sauti zilitokea tena.

"Sasa utapata mtoto, hutabugudhiwa tena. Chukua mavumba haya ukifika nunua kilo moja ya nyama. Chukua haya mavumba kidogo nyunyizia kwenye hiyo nyama kisha ifutike hiyo kilo ya nyama sehemu za siri huku ukinuiza unayotaka kwa mumeo akufanyie. Kisha hiyo nyama usiioshe uipike hivyo hivyo. Unga nyama yako vizuri, kisha mpe mumeo ale. Ukisikia limbwata ndio hili mama, komesha upuuzi na kiboko ya wanaume. Utakuja kuniambia. Kama hutamdhibiti mumeo na kupata mimba na hatimaye mtoto tunguli hii naitupa na uganga naacha nikamfufue baba kuzimu, Masanga," Mganga Masanilo alijiapiza na kumhakikishia mteja wake.

Baada ya maneno hayo, yule mama alitoka nje macho yametaharuki na dhamira kumsuta.

Yule mama alipotoka nje tu, akaingia bwana mmoja aliye mtangulia Sufiani. Huyu bwana alikuwa mtanashati na mwenye haiba iliyovuta watu wote waliokuwa pale. Yule bwana alipoingia ndani fundi, Masanili akamtaka aeleze shida yake.

"Haya nuia, yaani sema shida zako zote na taja jina lako," Mganga alimwambia yule Bwana,

"Kimya kimya au kwa sauti?" Mteja alimuuliza Mganga.

Mganga akamwambia vyovyote vile upendavyo. Mteja akanuia kwa sauti, "Mimi Jihadi Kibwana, hivi sasa ni mbunge na waziri mdogo, nataka uchaguzi ujao nichaguliwe tena ubunge kwa kura nyingi na kwa kishindo, na niwe waziri kamili na nipewe wizara kubwa kama vile fedha, ulinzi, afya, mambo ya ndani ama mambo ya nje, hata uwaziri mkuu ikiwazekana, hasa huo."

Jihadi alipomaliza kutamka anayotaka, mganga akatikisa kichwa na kusema: "Marahaba unayotaka yote utapata, Mangube atakujibu, mimi ndio kiboko ya njia, fundi Masanilo, gwiji la uganga, mganga wa waganga." Fundi Masanilo alijigamba na kujifutua zaidi na kuchukua tunguri yake. Safari hii alibadilisha tunguri kutoka Mantumbo na kuchukua tunguri nyingine linayoitwa Mangube. Kama kawaida yake Masanilo akaanza kutabana:

Ptu! ptu! haika Mangube nakusigila kulume na kumoso,
Mangube mkulu Mnungu mdodo,
Haika nakusigila chindendendi kulume na kumoso wee Mangube,
umtimizile Jihadi izishida zakwe afanikiwe,
chenga ndima chenga chilozo."

Tafsiri ya tabano hilo ni:

"Ptu! ptu! shime Mangube nakuagizia kulia na kushoto,
Mangube mkubwa Mungu mdogo,
Shime nakuagizia kikwelikweli kulia na kushoto wewe Mangube,
umtimizie Jihadi shida zake zote afanikiwe,
kama kazi kama kioja."

Akasema tabano jingine:

"Hambaluwe, hambaluwe hadikwinika mtego,
Dinenika mtego chenga ndima chenga chilozo.

Kama hambaluwe dyenika mtego,
Jihadi asekufanikiwa yano akunga.

Kama hambaluwe hadikwinika mtego
nagamba haika haika
Mangube nakusigila kulame na kumoso,
yuno Jihadi afanikiwe yose yadya akuunga
ashinde uchaguzi, atende waziri kamili na yose yadya akuunga.
Chenga ndima chenga Chilozo."

Tafsiri ya tabano hili ni kwamba: Jabali, jabali halitegi mtego likitega mtego kama kazi kama ajabu! Kwa maneno mengine, Mtego wa mti hauwezi kukitwa juu ya jabali na kuwa mtego, iwapo mtego wa mti unaweza kukitwa juu ya jabali na kuwa mtego ni kazi na ajabu. Na kama mtego wa mti unaweza kukitwa juu ya jabali na kuwa mtego nasema, Jihadi asifanikiwe yote yale anayoyataka. Kama jabali haliwezi kutega mtego, nasema shime, shime Mangube nakuagiza kulia na kushoto, Jihadi afanikiwe yote yale anayoyataka: ashinde uchaguzi, awe waziri kamili na yote yale anayoyataka.

Huku akiendelea na tiba zake, Masanilo kama ilivyo tabia na desturi za baadhi ya waganga wa jadi ili kuwapa imani wateja wao. Masanilo akaendelea kumtolea Jihadi mifano ya kazi alizokwisha zifanya:

"Alikuwepo Mkuu wa Mkoa fulani; alipata uhamisho kwenda Mkoa mwingine. Alipowasili kwenye Mkoa mpya, katika kujitambulisha, akaitisha kikao cha viongozi wa Mkoa. Mkutano ulipangwa ufanyike katika ukumbi wa mikutano wa Mkoa. Yule Mkuu wa mkoa alipoingia ndani ya ukumbi wa mikutano alishangaa na kustajabu kuona wenyeji wake viongozi wa mkoa wametundika makoti yao ukutani bila vishikilio, yaani makoti yananing'inia ukutani bila ya kuwepo misumari, au vining'inizio vya makoti na kila mmoja aliyeingia alikuwa akivua koti lake na kulitundika ukutani bila ya kuwepo vining'inizio. Kuona vile, yule Mkuu wa Mkoa mgeni akashtuka sana na kutetemeka, akaahirisha ule mkutano.

"Jamani ndugu zangu kikao leo hakitakuwepo. Nimepata dharura."

Baada ya kusema maneno hayo, yule Mkuu wa Mkoa akashuka harakaharaka kwenye ngazi na kuingia ndani ya gari lake. Kutokana na mshtuko ule alijikuta amekalia kiti cha dereva badala ya chake huku akimuhimiza dereva, "Ondoa gari haraka iwezekanavyo."

"Mzee samahani naomba niendeshe gari," Dereva alimwambia Mkuu wa Mkoa kwa unyenyekevu.

"Hee! samahani kijana kumbe nimekalia kiti cha dereva! Kikao kilikuwa kizito kimenichanganya," Mkuu wa Mkoa alimwambia dereva.

Yule Mkuu wa Mkoa akaja kwangu nikamtengenezea dawa. Baada ya kumtengenezea dawa, nikamwambia sasa nenda kaitishe kikao, utaona nini kitatokea." Naam, alivyoitisha tena kikao, wale viongozi wa mkoa kila aliyejaribu kutundika koti lake kwa mtindo uleule bila ya misumari, koti lilidondoka chini. Walifadhaika sana. Kuona vile, kiongozi wao akasimama na akasema, "Shikamoo Mkuu wa Mkoa, karibu sana katika mkoa wetu, wewe ni mwenzetu; hakika umeaga kwenu na umekomaa." Wenyeji walisalimu amri. Mengi tu nimefanya, lako hili dogo sana kama tone la maji baharini, halimnyimi usingizi. Kwa taarifa yako hadi rais alifika kiunga hiki, si masihara mwanangu," Mganga aliendelea kujitapa na kujinasibu.

Baaada ya Masanilo kujitapa, akamwambia Jihadi atoe kifungua mkoba, Jihadi alimuuliza mganga, "Kiasi gani?"

Mganga akamwambia, "Chochote kile, sisi hatufanyi biashra kama wale waganga wenu wa mijini." Jihadi akaingiza mfukoni akatoa pochi na kutoa shilingi mia nne. Alipotaka kumpa mganga, mganga akamwambia Jihadi, "Usinikabidhi mimi, hizo si fedha zangu, hizo ni fedha za wenyewe zitie ndani ya mfuko au mkoba wao."

Baada ya Jihadi kutumbukiza shilingi mia nne ndani ya mkoba, mwenyewe huita mfuko, mganga au fundi alizitupia jicho hizo fedha na kutoa tabasamu kwa mbali, na papo hapo akaanza matayarisho ya tiba. Katika matayarisho hayo, Mganga alimwambia waziri, "Tiba yako imegawanyika sehemu mbili, sehemu ya kwanza itafanyika humu chumbani na sehemu nyingine itafanyika makaburini usiku wa manane. Hii ya usiku wa manane itakuwa na mahitaji yake nitakwambia baada ya tiba hii ya ndani.

Sasa hapa mheshimiwa hakuna utanashati, inakubidi uvue hiyo suti na ubakie na chupi tu; maana unatakiwa uchanjwe chale mwili mzima na baada ya hapo usioge kwa muda wa siku saba, siku ya nane ambayo itakuwa Ijumaa tutakwenda kumalizia tiba yako makaburini." Mganga baada ya kusema hayo, Jihadi akaanza kuvua suti tayari kwa tiba. Ilikuwa heka heka vitanda na mikeka, suti ya mheshimiwa ilikuwa inabana kwenye kitambi; ilimbidi afanye kazi ya ziada kuivua. Aidha alipokuwa analala kifudifudi ili achanjwe, kitambi kilimletea shida kilivimba na kufutuka kama paka mwenye mimba, au chatu aliyemeza mbwa

Mganga akaanza kumchanja mgongoni, baadaye mganga akamwambia waziri; "Amka, kaa na angalia machweo ya jua." Mganga alimwamrisha waziri. Waziri akakaa na kunyoosha miguu mikononi kashika tunguri ya Mangube na akielekea Magharibi. Mganga akaanza kumchanja, kutabana na kuimba.

Alipomaliza kumchanja, mganga akachomoa ulimi wa tunguri na kuulamba na kisha vilevile ulivyotoka ulimini mwake, akamlambisha waziri. Akamwambia waziri atoke nje; asubiri tiba ya makaburini, na akatayarishe vifaa vya kufanyia dawa ya huko makaburini. Mganga alianza kumtajia vifaa hivyo.

"Kitambaa cha sanda, mita kumi, kondoo dume jekundu, kitovu cha mtoto mchanga, mchanga wa kaburi ya mapacha, mkono wa zeruzeru na kiganja chake, chupa moja ya maji ya ufuo, nywele za mwanamke mja mzito, sandarusi na ubani maiti."

Kisha mganga akaendelea, "Iwapo hutaweza kuvipata vitu hivyo, toa fedha atatumwa mtoto kwenda kuvitafuta." Mganga alimwambia waziri. Bila ya kuuliza ni kiasi gani cha fedha kinachotakiwa kununulia mahitaji hayo, waziri kwa hofu na kujipendekeza akatoa shilingi elfu mbili. Mganga akamuuliza Waziri:

"Mbona mheshimiwa unatoa fedha nyingi kiasi hicho? Zilitakiwa shilingi arubasitini tu".

"Usijali mzee nyingine ni bahashishi ya mnunuzi, riziki yake," Waziri alijiridhisha; chendacho kwa mganga na hakirudi.

Baada ya maagizo hayo, ikawa zamu ya Sufiani kuingia. Sufiani akavua viatu mlangoni na akaingi ndani. Alipofika ndani akasalimiana na mganga Masanilo. Masanilo akamuuliza Sufiani. "Shida yako nini?" Sufiani akajibu, "Nataka unitazamie ramli."

Fundi Masanilo akawaita wasaidizi wake waje wapige ngoma kwa ajili ya ramli ya mashetani.

Wasaidizi wa Masanilo wakaja na kuanza kupiga ngoma ya mashetani na kuimba. Ngoma zikakaangwa na kuanza kupigwa.

Bibi.., bibi.., bibi na nyimbo ikafuata sawia:

Mwamwita mwamwita ee, mwamwita, mnashida gani?

Twamwita tuna shida nae!.......

Wakati wote huo mganga alifunikwa shuka nyeupe gubugubi, akaanza kutingisha kichwa na kuanza kuongea kishetani na kijini na kupiga ramli.

"He -he – hee! Jini subiani lipo hapa. Huko ulikotoka kuna furaha na majonzi. Kijiji kimechafuka, vifo na magonjwa yamekiandama kijiji. Kijiji kilifanya madhambi mengi, kiliua vilema wote na waliozaliwa vilema, ndio maana kijiji kimeandamwa na mikosi. Kijiji kisipojihadhari kitaangamia na hawataishi kwa amani asilani. Wataishi kwa shaka na mashaka daima dumu. Ninaona hapa mmetambika, mmefanya kafara na mmeita wazuza lakini kazi bure, haitasaidia. Jini subiani linasema lazima kijiji kiaguliwe kama ifuatavyo, kwanza lipigwe dogoli la mkesha siku saba, mkafagilie tena makaburi na mtoe sadaka.

Mbali ya hayo, naona hapa kuna mtu mmoja mashuhuri sana alizaliwa kijijini penu akiwa kilema miaka dahari iliyopita, mkadhani amekwenda kuuwawa kumbe haikuwa hivyo. Sasa amekuwa mashuhuri sana siku hizi huko ughaibuni. Mfanye chini juu mumtafute atawasaidia sana, ni damu ya kijiji."

Baada ya kusema hayo, mganga akampa dawa za kwenda kuzifanya huko kijijini Mzambarauni na kupeleka maagizo aliyopewa.

Buruhani alianza safari yake siku ya mwezi tatu Alhamisi mfungo tano. Alisafiri siku kumi na tatu, siku ya kumi na nne akatokea sehemu mto mkubwa unapopita. Mbali kidogo alipotupa jicho upande wa kuume kwake aliona nyumba ndogo ya mgongo wa tembo imeezekwa kwa minyaa upande mmoja na upande mwingine imeezekwa kwa viungo, mlango wake wa kumba. Wakati anaikaribia nyumba hiyo,

angani kukatanda vunde kubwa la mvua. Kwa kuchelea kunyeshewa na
mvua, Buruhani alibisha hodi kwenye hilo banda la mgongo wa tembo
ili ajibanze kupisha wingu lile zito lipite.

"Hodi, hodi," Buruhani alibisha hodi. Kabla ya kuitikiwa karibu mvua
ikaanguka, na ili kuikwepa ilibidi afungue mlango uliovugazwa hata kabla
ya hodi aliyopiga kuitikiwa na kujipenyeza kwenye huo mlango. Kabla ya
kuvuka kizingiti cha gogo la mnazi, sauti ya ukali na ghadhabu ilisikika
kutoka ndani: "*Narabuku*, wewe nani unayeingia bila hodi, ustaarabu
gani huo! Kiustaarabu unapiga hodi mara tatu hadi uitikiwe karibu, kisha
ndio uingie ndani, hapo ndipo utasalimia, mdogo hujambo na mkubwa
utampa shikamoo na ataitikia marahaba. Kama ni usiku wa kwenda kulala
unasema alamsiki na kiitikio chake Biil-nuur. Huo ndio uungwana. Iweje
wewe unaingia ndani kabla hujaitikiwa karibu." Mwenyeji alifoka

Wakati mwenye nyumba akiongea hivyo, alikuwa akijaribu
kusukumiza sinia la wali chini ya kitanda cha teremka tukaze
kilichotandwa kwa kamba za mnyaa na kutandikwa mbachao.

Mwenyeji alipomaliza kutoa nasaha hizo, na kuficha sinia la wali,
akaanza kumhoji Buruhani.

"Jina lako nani na kabila gani usiye mstarabu?" Buruhani kwa
unyenyekevu mkubwa akajibu."Mimi naitwa Buruhani, kabila langu,
baba Mnyakanyanka, mama Msufuria. Natoka Kijiji cha Mzambarauni,
nakwenda ughaibuni kumtafuta Mganga wa kitabu." Baada ya mwenyeji
kupata jibu hilo na kuona wingu limeshapita yaliyobaki ni manyunyu
ya hapa na pale na mgeni haoneshi dalili ya kuondoka, yule mwenyeji
akasema:

"Mvua mnyepe mnyepe haimzuii mgeni kwenda kwake."

Buruhani akajibu; "Mvua mnyepe mnyepe haimzui mwenyeji kula
chake, na kuendelea kusema. "Huko nilikotoka nimekutana na joka
urefu wake ni kutoka hapa hadi pale penye sinia la wali uvunguni."
Yule mwenyeji alipogundua kuwa Buruhani kaliona lile sinia la wali
alilolificha uvunguni, akidhani Buruhani hakuliona, ilibidi alivutie
nje na kuanza kula kwani haikuwa siri tena. Aliendelea kula bila ya
kumkaribisha yule mgeni. Buruhani huku akiwa na njaa sana kama
panya wa kanisani baada ya kusafiri kwa muda mrefu, aliutazama ule
wali na mate kumjaa mdomoni.

Buruhani katika kujaribu kumshawishi yule mwenyeji wake amkaribishe, akaanza bughudha na maneno ovyoovyo ilimradi amshawishi mwenyeji wake.

"Mm! wali unaelekea mtamu huo."

"Naam, mtamu zaidi ya asali," Mwenyeji wake alikijibu kwa majivuno na majigambo.

"Huo mchuzi ndio kiboko sasa, mwekundu sijui mwenzangu umetilia nini humo?" Buruhani alisema huku macho yamemtoka pima.

"Ni kwa sababu ya viungo vya madukani, viungo hivyo maridadi kabisa unakula mpaka wajisikia raha moyoni," Mwenyeji wake alizidi kutamba.

"Do! Huyo Jogoo mfupa mnene kweli kweli," Buruhani alizidi kujipendekeza.

"Jogoo wa Kiamboni kwa Ali bin Nasoro," Mwenyeji alisema.

Pamoja na bughudha na majibizano hayo, lakini mwenyeji hakuweza katu kumkaribisha Buruhani.

Mvua ilipomalizika, Buruhani aliaga na kuendelea na safari yake. Alipotoka pale, alisafiri mwendo wa takribani siku tatu, siku ya nne akafika kijiji cha Mtakuja. Alipotoka kijiji cha Mtakuja, Buruhani alishika njia ya kuekea upande wa mashariki. Njia aliyoifuata ilikuwa inapitia katika msitu wa Matomondo hadi bonde la mto Bojo mahali paitwapo Kimu. Hapo Kimu pana chemchem ya maji baridi. Njia hii iliendelea hadi sehemu inayoitwa Putini ambapo pana kisima cha ndoo. Eneo hili kati ya Kijiji cha Mtakuja hadi Putini ni sehemu hatari sana. Sehemu hii inasifika sana kwa mumiani au chinjachinja.

Inasemekana kuwa mumiani huwa wanatembea katika gari jekundu na wana kioo ambacho hutumika kuwamulika watu. Inaaminika kuwa mtu akimulikwa na hicho kioo hupumbazwa na kuwa zezeta na kumfuata anayemmulika kioo kama mbwa anavyomfuata chatu. Mbali na mumiani, sehemu hii inasifika kwa nyoka wakubwa wenye upanga kama jogoo. Nyoka hao wakikung'ata huombi maji. Na pia pale Kimu penye chemchem, pana chunusi. Kila mwaka lazima afe mtu au watu katika mazingira ya kutatanisha. Wakati mwingine hutokea ajali za ajabuajabu na za kutatanisha, ajali za watu, baiskeli au hata gari na kuua watu. Kuepuka ajali hizo, kila mwaka watu hutoa sadaka ama ya kuchinja mbuzi, ng'ombe na hata kuku alimradi itoke sadaka ya damu.

Buruhani ilimbidi atembee harakaharaka na kwa tahadhari kubwa kupita sehemu hii kwa kuchelea kukutwa na misukosuko ama kupoteza maisha.

Alitembea kwenye eneo hili kwa muda wa saa tatu. Baada ya kutembea kwa muda huo wa saa tatu, alitokea katika viunga vya Maalim Juhudi maarufu kwa jina la Kiguru. Kiguru ni mtaalam na mashughuri kwa tiba za kitabu na falaki. Kiguru pia anafuga majini ya kila aina; hodari kwa kupiga bao la kitabu, ramli na kutazama nyota kwa kutumia herufi za Kiarabu. Anaweza akapiga bao au ramli leo na kujua mambo yatakayotokea hata siku fungate zijazo. Alipewa jina Kiguru kwa sababu ana kilema cha mguu wa kushoto na kigosho cha mkono wa kushoto alivyozaliwa navyo.

Mungu hamtupi mja wake, kwani pamoja na kuwa na kasoro hizo, lakini Mungu kampa kuburi na kipaji kikubwa katika tiba za kitabu.

Buruhani alikaribishwa katika viunga vya Maalimu Juhudi na wasaidizi wa Maalimu Juhudi. Alikuta umati wa watu walioshonana kusubiri kumuona Juhudi gwiji la tiba za kitabu.

Kutokana na wingi wa wateja, ilimlazimu Buruhani kusubiri pale muda wa siku tatu, siku ya nne ndipo alipopata nafasi ya kuingia chumbani kwa Fundi Juhudi. Akiongozwa na mmoja wa wasaidizi wa mganga Juhudi, alielekezwa namna ya kuingia chumbani anapoagulia Juhudi. Alipokaribia kuingia chumbani kwa Fundi Juhudi, akaambiwa avue viatu pale mlangoni. Alipoingia tu akakutana uso kwa uso na Mganga Juhudi.

"Karibu Buruhani, lete habari za Mzambarauni." Buruhani alishituka na kushangazwa na kauli ya Juhudi kwa kumtaja jina na sehemu anayotoka bila ya yeye kumwambia. Juhudi aliendelea, "Kifo cha Dogoli mmekisababisha ninyi wenyewe na wala hakuna mkono wa mtu, ni mizimu imekasirika na ilitaka iangamize kijiji chote. Kabla sijaendelea na tiba yangu nataka kukupa maelezo yafuatayo. "Mimi ni baba yake mdogo Dogoli, tumezaliwa tumbo moja na marehemu Madafu katika tumbo la watoto kumi na tano, watoto watano waliuwawa kutokana na mila na desturi za jamii zetu, walizaliwa katika hali tofauti ambazo mila na desturi za jamii zetu hawakukubalika. Mimi nilikuwa mtoto wa sita kutaka kuuwawa kwa sababu tu nimezaliwa kilema, kama unavyoniona.

Mama mmoja katika wale waliokuwepo wakati nikizaliwa, aliomba anichukue akaniulie nyumbani kwake. Kwa uwezo wake Maanani, wale akina mama wengine wakakubali ombi hilo. Yule mama aliponichukua, alinileta katika kijiji hiki cha Kioja.

Kijiji hiki, kama jina lake lilivyo kina vioja vingi lakini kuna watu wenye mioyo ya huruma na hawana kinyongo; tuseme wametolewa nyongo. Nililelewa na kukua katika kijiji hiki hadi hivi leo. Nilikuzwa katika maadili mema, upendo na adabu; nilisomeshwa dini na makuzi na malezi bora. Nilipotimiza umri wa miaka kumi na nne, nilipotea kimiujiza na kwenda kuishi ujinini. Kule ujinini, nilifundishwa uganga wa tiba za kijini kwa lugha ya kijini. Nilikaa ujinini miaka kumi na saba, kijiji cha Kioja kilinitafuta hadi kikashukuru Mungu. Nikasomewa tatu, arobaini na hitima.

Siku ambayo nilipotokea tena hapa Kioja, watu wote walishangaa na kupigwa butwaa na wengine kutaka kunikimbia wakijua kuwa ni kizuu; maana walijua nimekwishakufa. Nilifanya sadaka ya kila aina baada ya watu kuamini ya kuwa sikufa bali nilipotea ndipo nikaanza maisha ya kawaida. Nikaanza kazi hii ya uganga. Wakati nikiagua kwa kutumia majini, kaka yangu Hayati Karama akawa ananitokea kwenye ndoto na kunifundisha uganga au tiba za kitabu. Nikawa mganga mashuhuri hadi hivi leo."

"Tukiachilia mbali historia hiyo, sasa ngoja niangalie bao." Juhudi akachukua ubani, kitezo na kufukiza ubani, akapiga ramli ya kitabu. Alipomaliza kupiga hiyo ramli, akaanza kufasiri hiyo ramli.

"Tukiangalia bao hili au ramli hii, tunaona makoo yalivyojipanga. Koo la *Nafsi,* kwa jina *Lwahik*a limeondoka katika nafasi yake likaenda kukaa kwenye nafasi ya *Inkisi,* nafasi ya *Nafs*i au *Lwahika,* amekuja *Saili* ramli jina *Twariki,* sehemu ya *Twarik* imekaliwa na *Kadhi* jina lake *Jitimai,* nafasi ya *Jitimai* imekaliwa na *Ruya na Safari,* jina *Kamali,* nafasi ya Kamali, imekaliwa na *Batilimali* jina *Daghera,* nafasi ya *Batilimali* au *Daghera* imekaliwa na *Ndugu* jina *Gharija.* Nafasi ya *G*harija imekaliwa na *Enzi na uhakimu* jina *Shamsi.* Tukiangalia tena tunaona ya kuwa *Gharija* amekaa mlango wa kumi na tano na amesimama na mashahidi wake. Katika mkao huu wa makoo, ramli hii imesema kweli. Maana yake kuna vita kubwa mbele, mji umelaaniwa kwa maovu yaliyotendeka enzi za wahenga na '*wahenguzi*.' Mila zilizotekelezwa enzi hizo zimeathiri mji huu. Na kama msipoangalia mikosi na vifo vitawaandama. Hamkufuata njia ya Mungu. Mmepoteza uhai wa viumbe wengi sana. Wangapi mmewapoteza kwa imani potofu, wangapi walizaliwa vilema mmewaangamiza! Vipaji vingapi mmeviangamiza! Kijiji kinanuka damu.

Uamuzi wetu ni kama ufuatao:

Kijiji kifanye ibada kubwa kifunge na kuswali siku arubaini na kifanye kafara la kuchinja ng'ombe, mkishafanya hayo, mje mnichukue nikakiague kijiji.

Hizo ndizo salamu zangu Mzambarauni." Alimaliza Mganga Juhudi.

Printed in the United States
By Bookmasters